വേവുകാലം

Vevukalam
Poems

K T Rajeev

CHINTHA PUBLISHERS
Thiruvananthapuram

First Edition
October 2022

Published
Chintha Publishers, Thiruvananthapuram

Typesetting
Star Communications, Thiruvananthapuram

Cover Design
Vinod Mangoes

ISBN : 978-93-94753-48-8

CO - 3196 / 6225

Email: chinthapublishers@gmail. com
Website: www. chinthapublishers. com

A version is available at National Libraries
Kolkata, Mumbai, Chennai and Delhi

Distribution
DESHABHIMANI BOOKHOUSE
H O Thiruvananthapuram 695035

Branch
Head Office Kunnukuzhi • Statue Thiruvananthapuram
KSRTC Bus Terminal Thampanoor • Saphalyam Complex Thiruvananthapuram
KSRTC Bus Station Alappuzha • KSRTC Bus Station Ernakulam
Machingal Lane Thrissur • IG Road Kozhikode
Mavoor Road Kozhikode • NGO Union Building Kannur
Central Bus Terminal Complex Thavakkara Kannur

വേവുകാലം

കെ ടി രാജീവ്

ചിന്ത പബ്ലിഷേഴ്സ്
തിരുവനന്തപുരം-695 035

കെ ടി രാജീവ്

ഇടുക്കി ജില്ലയിൽ രാജാക്കാട് കുട്ടാർ സ്വദേശി. മാതാപിതാക്കൾ: പരേതരായ എസ് തങ്കപ്പൻ നായർ, പങ്കജാക്ഷിയമ്മ. പാലോട് പെരിങ്ങമ്മല ഇക്ബാൽ കോളേജ്, കാര്യവട്ടം യൂണിവേഴ്സിറ്റി കാമ്പസ് എന്നിവിടങ്ങളിൽനിന്ന് ബിരുദവും ബിരുദാനന്തര ബിരുദവും നേടി. സ്കൂൾ ഓഫ് കമ്യൂണിക്കേഷൻ & മാനേജ്മെന്റ് സ്റ്റഡീസിൽനിന്ന് ജേർണലിസത്തിലും പബ്ലിക് റിലേഷൻസിലും പോസ്റ്റ്ഗ്രാജ്വേറ്റ് ഡിപ്ലോമയും ലഭിച്ചിട്ടുണ്ട്. *മാതൃഭൂമി* ദിനപത്രത്തിൽ ലേഖകനായി പത്രപ്രവർത്തനരംഗത്ത് തുടക്കം. 1997 ൽ സബ് എഡിറ്ററായി *ദേശാഭിമാനി*യിൽ. ഇപ്പോൾ ഇടുക്കി ബ്യൂറോ ചീഫ് അന്വേഷണാത്മക പത്രപ്രവർത്തനത്തിനുള്ള 2004 ലെ ആർ കൃഷ്ണസ്വാമി അവാർഡ്, പരിസ്ഥിതി റിപ്പോർട്ടിങ്ങിനുള്ള സഫ്ദർ ഹാഷ്മി അവാർഡ്, ഗ്രാമീണ റിപ്പോർട്ടിങ്ങിനുള്ള 2005 ലെ സ്റ്റേറ്റ്സ്മാൻ അവാർഡ്, മികച്ച മാനവികവിഷയത്തിനുള്ള 2005 ലെ എസ് ബി ടി മാധ്യമപുരസ്കാരം, കേരള പ്രസ് അക്കാദമിയുടെ ഡോ. മൂർക്കന്നൂർ നാരായണൻ പരിസ്ഥിതി അവാർഡ് (2006), വൈജ്ഞാനിക രചനയ്ക്ക് ശ്രീനാരായണസമിതി ഏർപ്പെടുത്തിയ ഗുരുദർശന പുരസ്കാരം (പുസ്തകം 2007), ഊർജ്ജകേരള അവാർഡ് (2015), സർഗ്ഗഭൂമി കവിതാ അവാർഡ്, ഗുരു കുടമാളൂർ കരുണാകരൻ നായർ കവിതാ അവാർഡ്, ഇ നാരായണൻ അവാർഡ്, എ എം എ ഐ അവാർഡ് ഉൾപ്പെടെ പതിനെട്ടിൽപരം അവാർഡുകൾക്കും അർഹനായിട്ടുണ്ട്.

കൃതികൾ: *സഹ്യാദ്രിയിൽനിന്നും മടക്കയാത്ര, ഇടുക്കി മണ്ണും മനുഷ്യരും, കാലം സാക്ഷി, പശ്ചിമഘട്ടസംരക്ഷണം അറിഞ്ഞതും അറിയേണ്ടതും, അടയാളങ്ങൾ* (കവിതാ സമാഹാരം).

ഭാര്യ	:	എ ആർ സിന്ധു
മക്കൾ	:	വൈശാഖ്, ഗംഗ.
വിലാസം	:	ഹിമശൈലം രാജാക്കാട് പി ഒ
ഫോൺ	:	9447289146.
ഇമെയിൽ	:	ktrdeshid@gmail.com

ഉള്ളടക്കം

പ്രസാധകക്കുറിപ്പ്

തിരസ്കൃതമാക്കപ്പെടുന്ന ജീവിതങ്ങളെ കാവ്യഭാവനയിൽ അടയാളപ്പെടുത്തി വയ്ക്കാനുള്ള ശ്രമങ്ങളുടെ ഭാഗമാണ് *വേവുകാലം* എന്ന കവിതാ സമാഹാരം. ഇരുണ്ട കാലത്തിന്റെ ആസുരതകളെ മനുഷ്യപക്ഷത്തു നിന്ന് വിലയിരുത്തുന്ന സമീപന രീതി ഇതിലെ കവിതകളിൽ പ്രകടമാണ്. അധികാര വാഴ്ചകൾ വ്യക്തിസ്വാതന്ത്ര്യത്തെ കവർന്നെടുക്കുന്ന സമകാലിക രാഷ്ട്രീയ വ്യവസ്ഥിതികളോടുള്ള പ്രതിഷേധങ്ങളും *വേവുകാല*ത്തിൽ ഉള്ളടങ്ങിയിരിക്കുന്നു. പുതിയ കാലത്തോട് വിട്ടുവീഴ്ചയില്ലാതെ കലഹിക്കുന്ന കവിതകളുടെ ഈ സമാഹാരം കാവ്യാസ്വാദകർക്കായി അവതരിപ്പിക്കുന്നു.

ചിന്ത പബ്ലിഷേഴ്സ്

ആമുഖം

എന്റെ രണ്ടാമത്തെ കവിതാ സമാഹാരമാണ് *വേവുകാലം.* 2015 ൽ പ്രസിദ്ധീകരിച്ച *അടയാളങ്ങൾ*ക്കുശേഷം കുറച്ച് ഇടവേള വന്നു. പത്ര പ്രവർത്തന മേഖലയിലെ തിരക്കുകൾക്കിടെ കുറിച്ച നാല്പത്തിയൊന്ന് കവിതകളാണ് ഇതിലുള്ളത്.

മനുഷ്യസ്നേഹത്തിലും മനുഷ്യത്വത്തിലും ഊന്നിയ വികാരവിചാരങ്ങളെയും സാമൂഹ്യപ്രശ്നങ്ങളെയും എഴുത്തുകാരന് കാണാതിരിക്കാനാവില്ല. കണ്ണീരിൽ കുതിർന്ന ജീവിത പരിസരങ്ങളെ, നിരാകരിക്കപ്പെട്ട അവകാശങ്ങളെ, മാനവികതയുടെ പ്രതിസന്ധികളെ, ജീവിതനിസാരതയെ എല്ലാം എന്റെ കാഴ്ചപ്പാടിൽ അഭിസംബോധന ചെയ്യാനുള്ള ശ്രമമാണ് കവിതകൾ. ഒപ്പം ആത്മസഞ്ചാരപഥങ്ങളിലെ അവിസ്മരണീയ മുഹൂർത്തങ്ങളും.

നാട്ടിൽ നടക്കുന്ന ചില സംഭവങ്ങളും കവിതയുടെ ഇതിവൃത്തമാക്കിയിട്ടുണ്ട്. വിവിധ ആനുകാലികങ്ങളിലും വാരാന്ത്യപ്പതിപ്പുകളിലും പ്രസിദ്ധീകരിച്ച കവിതകളാണ് ഈ സമാഹാരത്തിൽ ഉൾപ്പെടുത്തിയിട്ടുള്ളത്.

അവതാരിക എഴുതിയ മലയാളത്തിന്റെ പ്രിയകവി പ്രഭാവർമ്മയ്ക്കും പഠനം നടത്തിയ എന്റെ പ്രിയ സുഹൃത്ത് തിരുവനന്തപുരം യൂണിവേഴ്സിറ്റി കോളേജ് മലയാളം വിഭാഗം അസോസിയേറ്റ് പ്രൊഫസർ ഡോ. ഡൊമിനിക് ജെ കാട്ടൂരിനും പുസ്തകം പ്രസിദ്ധീകരിക്കുന്ന ചിന്ത പബ്ലിഷേഴ്സിനും അകൈതവ നന്ദി സസ്നേഹം അറിയിക്കുന്നു. പുസ്തകവുമായി ബന്ധപ്പെട്ട് പ്രവർത്തിച്ച സുഹൃത്തുക്കൾ വിൻസ് സജീവ്, കെ പി ഫിലിപ്പ്, ഇ ജി പാപ്പു, അജയ് വി നാഥ് എന്നിവർക്കും നന്ദി.

സ്നേഹപൂർവ്വം
കെ ടി രാജീവ്

അവതാരിക

ഭാവാത്മക ദീപ്തിയുടെ കവിത

പ്രഭാവർമ്മ

മൂർത്തമായ ഒരു ഇതിവൃത്തത്തെ കഥന ശൈലിയിലൂടെ ആവിഷ്കരിക്കുന്ന രീതിയല്ല, മറിച്ച്, അമൂർത്തമായ ചില സങ്കല്പനങ്ങളെ ഭാവോന്മീലനത്തിലൂടെ സംവേദനം ചെയ്യുന്ന രീതിയാണ് കവിതയിൽ ശ്രീ. കെ ടി രാജീവ് അനുവർത്തിക്കുന്നത്. ഒരുപക്ഷേ, തന്റെ തലമുറയിലെ പലരിൽ നിന്നും കെ ടി രാജീവിനെ വേർതിരിച്ചു നിർത്തുന്നത് ഈ ശൈലീമാറ്റമാവണം. മറ്റുള്ളവർ നടന്നു പതംവരുത്തിയ ഇടങ്ങളിലൂടെയല്ലാതെ കല്ലും മുള്ളും ചവിട്ടി സ്വന്തമായ പാത തീർത്തു മുന്നേറുന്നു രാജീവ്. അതുകൊണ്ടുതന്നെ മറ്റുള്ളവർ എത്തിയതല്ലാത്തതും ഇതുവരെ ആരും ചെന്നെത്തിയിട്ടില്ലാത്തതുമായ ഏതോ അജ്ഞാത ലക്ഷ്യസ്ഥാനത്ത് അദ്ദേഹത്തിന് എത്തിച്ചേരാനാവുമെന്നു തന്നെ ഞാൻ വിശ്വസിക്കുന്നു.

ഒരു ഭാവാന്തരീക്ഷം സൃഷ്ടിക്കുന്ന (atmosphere and ambience) രീതിയാണു രാജീവിന്റേത്. ആ അന്തരീക്ഷത്തിൽ അനുവാചകനു പറക്കാം. പറന്നു പറന്ന് നവനവങ്ങളായ അനുഭൂതി മേഖലകളിലേക്കും അനുഭവ മണ്ഡലങ്ങളിലേക്കും എത്താം. അങ്ങനെ എത്താൻ പാകത്തിൽ ആ ഭാവവിഹായസ്സിലേക്ക് ഒരു കിളിവാതിൽ തുറന്നുവെക്കാൻ കഴിയുന്നു എന്നതിൽ എനിക്ക് അനല്പമായ സന്തോഷമുണ്ട്.

അകിരാകുറസോവയുടെ *dreams*ൽ സമർത്ഥമാംവിധം സൗന്ദര്യാത്മകമായ ഒരു ദൃശ്യമുണ്ട്. ഒരു സിംഫണിക്കു മുന്നിൽ വിസ്മയത്തോടെ ഒരു കുട്ടി നില്ക്കുന്ന ദൃശ്യം. സംഗീതത്തിന്റെ വസന്തം! പശ്ചാത്തലത്തിലും വസന്തം: ഋതുക്കൾ മാറുമ്പോൾ വസന്തം പോവും. എന്നാൽ, കലയിൽ സൃഷ്ടിക്കപ്പെടുന്ന വസന്തം മായാതെ നില്ക്കും. മൂർത്തമല്ലാത്ത ചിത്രങ്ങൾ സൃഷ്ടിച്ചാൽ ഇങ്ങനെയൊരു ഗുണമുണ്ട്. ഭാവാത്മ

കമായ, മനോഹരമായ ഒരു അനുഭവമായി അതു നില്ക്കും. 'When the flower is there, fragrance is there, When the flower is lost, fragrance is lost', എന്നു പറയുമല്ലോ. അതു തിരുത്താൻ കഴിയും. പൂവുകൊഴിഞ്ഞാലും സുഗന്ധം നിലനില്ക്കും. സവിശേഷമായ പദസന്നിവേശത്തിലൂടെ, ബിംബവിന്യാസത്തിലൂടെ ഒരു ഭാവലോകം നീർത്തിത്തരുകയാണ് ഈ കവിതകൾ ചെയ്യുന്നത്. ഒരു കവിത എടുത്തുവെച്ചിട്ട് അതിന്റെ കഥ എന്താണ് എന്നു ചോദിച്ചാൽ പറയാൻ കഴിയില്ല. എന്നാൽ ആ കവിത ഉളവാക്കുന്ന ഭാവസൗകുമാര്യത്തിന്റെ അനുഭൂതിസൗരഭത്തിൽ നിന്ന് നിങ്ങൾക്കു മാറി നില്ക്കാനുമാവില്ല.

പുതിയ കാലം ഒരു പുതിയ 'poetical language' ആവശ്യപ്പെടുന്നുണ്ട്. അതിലേക്കുള്ള ചുവടുവെയ്പ്പാവട്ടെ ഈ സമീപനം! റോബർട്ട് ബ്രിഡ്ജസിനുള്ള കത്തിൽ ഹോപ്കിൻസാണു പറഞ്ഞത്, 'The poetical language of an age should be the current Language heightened!' എന്ന്. കേവല വ്യവഹാരഭാഷ ഉദാത്തവല്ക്കരിക്കപ്പെട്ട് ഉയർത്തപ്പെടുന്നിടത്താണ് കാവ്യഭാഷയുണ്ടാവുന്നത്. ഈ കാവ്യഭാഷാനിർമ്മാണത്തിന്റെ രസതന്ത്രം കെ ടി രാജീവിന് അറിയാമായിരിക്കണം.

വേവുകാലം എന്ന ഈ കാവ്യസമാഹാരത്തിൽ നാല്പത്തൊന്ന് കവിതകളാണുള്ളത്. വേവ് അറിയാൻ ചോറാകെ എടുത്തു പരിശോധിക്കേണ്ടതില്ല, ഒന്നോ രണ്ടോ വറ്റ് എടുത്തു പരിശോധിച്ചാൽ മതി എന്നതാണല്ലോ 'സ്ഥാലീ പുലാക ന്യായം.' ഇതു പ്രകാരം അങ്ങിങ്ങായി ചില കവിതകളെടുത്തും എല്ലാ കവിതകളെയും സമഗ്രമായി ആശ്ലേഷിച്ചു നില്ക്കുന്ന ചില പൊതുഘടകങ്ങളെ മുൻനിർത്തിയും ഈ കവിതകൾ ഇതൾ വിടർത്തുന്ന ഭാവാന്തരീക്ഷത്തെ അവലോകനം ചെയ്തും ചിലതു കുറിക്കട്ടെ.

കെട്ടകാലത്തു കവിതയുണ്ടാവുമോ എന്നു ചോദിച്ചപ്പോൾ ബർത്തോൾഡ് ബ്രഹ്ത്താണെന്നു തോന്നുന്നു; കെട്ടകാലത്ത് കെട്ടകാലത്തെക്കുറിച്ചുള്ള കവിതയുണ്ടാവും എന്നു പറഞ്ഞത്. വേവിന്റെ കാലമാണിത്. ഈ കാലത്തെ അതിന്റെ സകല രൂക്ഷതയോടെയും അടയാളപ്പെടുത്തുന്നു കവിതയിൽ രാജീവ്. എന്നാൽ വേവിന്റെ കവിതകൾ മാത്രമല്ല ഇത്. സൗന്ദര്യാനുഭവത്തിന്റെ കൂടി കവിതകളാണ്. കവിത ഏതെങ്കിലും ഒരു തലത്തിൽ ഒതുക്കേണ്ടതല്ലല്ലോ.

സ്ഥൂലത്തിൽനിന്നു സൂക്ഷ്മത്തിലേക്കും സൂക്ഷ്മത്തിൽനിന്നും സ്ഥൂലത്തിലേക്കും മാറിമാറി സഞ്ചരിക്കാനും മഹാവൃക്ഷത്തെ വിത്തിലേക്ക് എന്നവിധം ബൃഹത്വത്തെ സംക്ഷേപത്വത്തിലേക്കു കൈയടക്കത്തോടെ ഒതുക്കിയെടുക്കാനും കഴിയുന്നു ശ്രീ. കെ ടി രാജീവിന്.

'ഒളിവിലും തെളിവ്' എന്ന കവിത ഇതിന്റെ ഒന്നാന്തരം ദൃഷ്ടാന്തമാണ്. കണ്ണീർക്കണത്തിൽ ചിതറിയ സ്വപ്നങ്ങളുടെ പുരാവസ്തുക്കളെയും നീർക്കുമിളയ്ക്കുള്ളിൽ കണ്ണീർ വറ്റിയ തേങ്ങലുകളെയും ദീർഘനിശ്വാസത്തിൽ അടക്കം ചെയ്യപ്പെട്ട കൊടുങ്കാറ്റിനെയും നാദകണി

കയിൽ പ്രപഞ്ച പരിണാമത്തിന്റെ സൂക്ഷ്മ സ്പന്ദത്തെയും കണ്ടെത്താൻ കഴിയുന്നു ഈ കവിക്ക്. നിസർഗ്ഗ സുന്ദരമായ സർഗ്ഗാത്മകതയുടെ അനുഭൂതിലാവണ്യത്തിന്റെ സൗരഭപ്രസരണത്തിനു സമർത്ഥമായ വാക്കുകളും വാക്കുകൾക്കിടയിലെ മൗനങ്ങളുംകൊണ്ട് ഇന്ദ്രജാലം സൃഷ്ടിക്കുന്നു കവി.

വിരുദ്ധ ദ്വന്ദ്വങ്ങളെ സമന്വയിപ്പിച്ചു സമീകരിക്കുക എന്നതു കവിയുടെ ധർമ്മമാണ്. എത്രയോ വിരുദ്ധ ദ്വന്ദ്വങ്ങൾ നമുക്കു ചുറ്റുമുണ്ട്. ഹിംസ/അഹിംസ, ധർമ്മം/അധർമ്മം, നീതി/അനീതി, പരിസ്ഥിതി/വികസനം എന്നിങ്ങനെ. ഇവയെ സംബോധന ചെയ്യുന്നിടത്ത് ഉജ്ജ്വലങ്ങളായ കവിതകളുണ്ടായിട്ടുണ്ട്, നമ്മുടെ സാഹിത്യത്തിൽ. പരിസ്ഥിതിയെയും വികസനത്തെയും സംബോധന ചെയ്തപ്പോഴാണല്ലോ ഇടശ്ശേരിയിൽ നിന്ന്

"കളിയും ചിരിയും കരച്ചിലുമായ്
കഴിയും നരനൊരു യന്ത്രമായാൽ
അംബപേരാറേ നീ മാറിപ്പോമോ
ആകുലയായൊരഴുക്കു ചാലായ്,"

എന്ന വരികൾ ഉണ്ടായത്. വൈരുദ്ധ്യങ്ങളെ സംബോധന ചെയ്യുന്നിടത്ത് കെ ടി രാജീവന്റെ കാവ്യവ്യക്തിത്വത്തിലും സർഗ്ഗാത്മകതയുടെ തീപ്പൊരി ചിതറുന്നതു കാണാം. അതിന് നിരവധി ഉദാഹരണങ്ങൾ ഈ കൃതിയിലുണ്ട്. 'ഉടൽ പൂക്കുമഴക്' എന്നെഴുതിയാൽ തൊട്ടു പിന്നാലെ തന്നെ 'ഉള്ളുപൊള്ളുമഴൽ' എന്നുകൂടി എഴുതാൻ രാജീവിനു കഴിയുന്നത് വിരുദ്ധ ദ്വന്ദ്വങ്ങളെ സമന്വയിപ്പിക്കുന്നതിലെ ക്രിയാത്മകതയെക്കുറിച്ചു കൃത്യമായ ബോദ്ധ്യമുള്ളതുകൊണ്ടാണ്.

"സഹനീയമാം ഉടുപ്പണിയുമചല
സങ്കട സമുദ്രത്തിലകം നിറച്ചും
വിഷാദപർവ്വ പുതപ്പണിഞ്ഞും
മൗന വിലാപക്കുട ചൂടിയും" എന്നെഴുതുന്നിടത്ത് പുതിയ പദചേരുവയുടെ സൗന്ദര്യം മാത്രമല്ല, പുതുഭാവാത്മകതയുടെ മാന്ത്രികതകൂടിയാണ് അനുവാചകനിലേക്ക് സംക്രമിക്കുന്നത്.

സംസ്കൃത പദങ്ങളിൽനിന്നു ദ്രാവിഡപദങ്ങളിലേക്കും തിരിച്ചുമുള്ള ഒരു ഊയലാട്ടം പല കവിതകളിലും ശ്രദ്ധേയമാണ്.

'വരസൗഭാഗ്യ വാത്സല്യ' എന്ന മട്ടിൽ സംസ്കൃത പദ സംഘാതത്തിൽ ഒരു ഭാഗം തുടങ്ങുമ്പോൾ 'കൂടപ്പിറപ്പിനും കെട്ട്യോനും' എന്ന മട്ടിൽ തനി ദ്രാവിഡ പദ സംഘാതത്തിൽ മറുഭാഗം തുടങ്ങുന്നു.

രൂപപരമായ ഈ വൈവിദ്ധ്യസമൃദ്ധി ശില്പപരമായ പരീക്ഷണത്തിന്റെ ഭാഗമായിരിക്കാം; അല്ലായിരിക്കാം. ഏതായാലും അത് കവിതയ്ക്ക് ഒരു പുതിയ ഭാവാന്തരീക്ഷമണയ്ക്കുന്നു.

പ്രാപ്തമല്ലാത്തവയ്ക്കു നേർക്കുള്ള അഭിവാഞ്ഛകളെ കവിതയിലേക്കു വിവർത്തനം ചെയ്യുന്നതിലും നിഷ്ണാതനാണ് കെ ടി രാജീവ്.

വേഗമേറിയ പാദചലനങ്ങളിലേക്കും പാഠ്യഭാഗമാകാൻ ഭാഗ്യമില്ലാത്ത പദാവലിയിലേക്കും അദ്ദേഹം കടന്നു ചെല്ലുന്നത് അങ്ങനെയത്രെ.

തപസ്സിരിക്കുന്ന വാക്കുകളെ മെതിച്ചു പാഞ്ഞുപോവുന്ന തേരുകളും തീപിടിച്ച പുഴകളുടെ തീരത്തു നിലവിളിക്കുന്ന ദേവദാരുക്കളും വസന്തവും ഹേമന്തവും ഉടുത്ത പെൺകുട്ടിയും ചിറകും കൊമ്പും മുളച്ച സംശയാത്മാക്കളും മറവിയുടെ മൈതാനവും ചുളിവീണ ഓർമ്മകളും ഒക്കെ ഭാവഭാസുരങ്ങളായ കല്പനകളെ പ്രകാശിതമാക്കിത്തരുമ്പോൾ നിഴലിന് ഉറപോലും ഊരിയിട്ടുള്ള ഓട്ടവും വിയർപ്പിറ്റി വിളയിച്ച മണ്ണിലേക്കുള്ള മടക്കയാത്രയും ഒക്കെ തീവ്രതരമായ അനുഭവാത്മകതയുടെ ഊഷ്മളതയിലേക്കു നമ്മെ ഉണർത്തുന്നു.

സ്ഥിത വ്യവസ്ഥക്കെതിരെ പുത്തൻ നീതി പ്രമാണത്തിന്റെ ഭാഷയിൽ ചിന്തിക്കുന്ന കവിതകളുമുണ്ട്, ഈ സമാഹാരത്തിൽ. 'വായ് ഉള്ളവനു വഴിയും വയറും വരദാനമെന്ന' വരരുചി മൊഴിയിൽ പതിരും പഴുതും പരതേണ്ടിവരുന്നത് അതുകൊണ്ടാണ് (വഴി; വളരും വഴി).

മറവി പുതച്ചുറങ്ങുന്നതും
കാലത്തിന്റെ കുസൃതിക്കൈപിടിക്കുന്നതും
പോലെയുള്ള ഭാവോന്മീലന സമർത്ഥമായ
എത്രയോ സവിശേഷ പ്രയോഗങ്ങളുണ്ട് ഈ കവിതകളിൽ.

സങ്കല്പങ്ങളുടെ ആധിക്യതയിൽ ചെന്നെത്തുന്നുണ്ട് ചില വാങ്മയങ്ങൾ

ശ്വാസവായുവിനാൽ തീമാരിപൊഴിച്ച്
വിശ്വം വിറപ്പിച്ച ഉഗ്രമൂർത്തിയാം

'ഋഷിദേവ സുന്ദരി' എന്നത് ഉദാഹരണം. ജ്വലൽ സൗന്ദര്യമുള്ള ഒരു വാങ്മയ ചിത്രമത്രേ ഇത്. ശുഭ വിശ്വാസപരമായ ഒരു പ്രത്യാശയുടെ പ്രകാശം പ്രസരിപ്പിക്കുന്ന അതിജീവനത്തിന്റെ കവിത കൂടിയാണ് 'നിഗ്രഹപുരാണം.' എല്ലാ പാരതന്ത്ര്യങ്ങളും ആത്യന്തികമായ സ്വാതന്ത്ര്യത്തിലേക്ക് എത്തിച്ചേരുകതന്നെ ചെയ്യുമെന്ന വിശ്വാസത്തിന്റെ ശക്തിയാണിതിൽ സ്ഫുരിക്കുന്നത്.

നാടൻ സംസ്കാരത്തിന്റെ തനിമ ഓളം വെട്ടിനില്ക്കുന്നുണ്ട് 'തട്ടുകട' എന്ന കവിതയിൽ. അതേ സമയം തന്നെ പൊള്ളുന്ന ജീവിതാവസ്ഥയിലേക്കുള്ള കനൽ ജാലകങ്ങൾ അതു തുറന്നു തരുന്നുമുണ്ട്. അനുഭവത്തിന്റെ തീക്ഷ്ണതയുണ്ട് ആ കവിതയിൽ.

കാപട്യങ്ങൾക്കെതിരെ വിരൽചൂണ്ടുന്ന 'പ്രകടനം,' അതീത ജീവിത സത്യങ്ങളുടെ സ്മൃതികളുണർത്തുന്ന 'എല്ലാം വഴി,' ജനിമൃതികൾക്കിടയിലെ അസ്തിത്വ വ്യഥയുടെ നിഴൽ പടർത്തുന്ന ഒരു 'സാക്ഷ്യവിചാരണ,' കാലത്തിന്റെ കർമ്മവിചാരണയിലെ വാദമുഖങ്ങളുടെ മൂർച്ചതൊട്ടെടുക്കുന്ന 'തീർത്ഥാടനം,' പ്രണയത്തിന്റെ നിർവ്വചനത്തെ മാറുന്ന കാലത്തിന്റെ കണ്ണാടയിലൂടെ തേടുന്ന 'പ്രണയനിഴൽ,' വാമന മാവേലി മിത്തുകൊണ്ട് ഭൂതകാല മാഫിയകളെ അടയാളപ്പെടുത്തുന്ന

മിച്ചഭൂമിയുദ്ധം, എന്നിങ്ങനെ എടുത്തുപറയേണ്ട എത്രയോ കവിതകൾ ഈ സമാഹാരത്തിലുണ്ട്.

മുറ്റത്തെ മാവിനെ മഹാജ്ഞാന വൃക്ഷമാക്കുന്നതും തന്റേതല്ലാ കാരണം തിരക്കുന്നതും ഊരിനെ ഭൂതലമാക്കുന്നതും ഹൃദയത്തുടിപ്പുകളെ വടവൃക്ഷങ്ങളാക്കുന്നതുമെല്ലാം പ്രതിഭയുടെ വിദ്യുത് സ്ഫുലിംഗങ്ങൾ അനുഗ്രഹമായി കൈവന്ന ഒരു കവിമനസ്സിനു മാത്രം സാധനയിലൂടെ സാദ്ധ്യമാക്കാവുന്ന സങ്കല്പങ്ങളാണ്. അവയിലേക്ക് എത്തിച്ചേരാൻ ചിറകു നിവർത്തുന്നു കെ ടി രാജീവിലെ കവിത്വം എന്നു കാണുന്നതിൽ എനിക്കുള്ള സന്തോഷം ചെറുതല്ല. ചൂഴ്ന്നു നില്ക്കുന്ന കനൽക്കാഴ്ചകൾ കാണാതിരിക്കുന്നില്ല ഈ കവി. സംവാദാത്മകമായി അവയോടു പ്രതികരിക്കാതിരിക്കുന്നുമില്ല. 'അഭിമന്യു' മുതൽ 'മൃഗയയ്ക്കുമേൽ' വരെയുള്ള കവിതകൾ കത്തുന്ന വർത്തമാനകാല സത്യങ്ങളെ സമസ്തതാപതീവ്രതയോടെയും പകർത്തിവെച്ചിരിക്കുന്നു.

അത്തരം കവിതകളുടെ കാര്യത്തിൽ എടുത്തുപറയേണ്ട ഒന്ന്, കേവലമായ പ്രസ്താവനയുടെ തലത്തിലേക്കു വീണുപോവാതെ കാവ്യാത്മകതയുടേതായ ഒരു ഭാഷാന്തരീക്ഷത്തിലേക്ക് ആ ഇതിവൃത്തങ്ങളെ ഉണർത്തി ഉയർത്തിയെടുക്കാൻ രാജീവിനു കഴിയുന്നു എന്നതാണ്. വേവുകാലത്തെ നീരാവികൊണ്ട് ആവിഷ്കരിക്കുന്ന ഒരു മാജിക്കൽ മനസ്സ് ഈ കവിയിൽ പ്രതിഫലിക്കുന്നു. അത് കവിതയെ ധ്യാനാത്മകമായ ഒരു ഉപാസന ആവശ്യപ്പെടുന്ന പാരായണതലത്തിലേക്ക് ഉയർത്തുകയും ചെയ്യുന്നു.

ക്ഷോഭതീരങ്ങളിൽ

കടൽപകർന്നാട്ടങ്ങളിൽ
കാല്പാദമേതുമിടറാതെയീ
മണൽ പരപ്പുമേൽ
മനം നിറച്ച്
മധുര സ്വപ്നങ്ങൾ വിതച്ച്
ജീവവേരുകളാഴ്ത്തി
എത്രയോ പടയോട്ടങ്ങൾ കണ്ടവർ
കാല്പാടുകളെണ്ണാതെ

അഴകു പൂത്തുലയും
അരുമയാം മുത്തവൾ
ആരവല്ലി തുരുത്തിലെ
അറബിപ്പൊൻമകൾ

വർണ്ണവസന്തവും വെൺനിലാവും
നിത്യം വിരിവെച്ച് വിടർന്നാടും
നീല ജലാശയതീരത്ത്
ഡോലിപ്പാട്ടിൻ ജീവിതതാളത്തിൽ

അലയൊടുങ്ങാ പ്രഹരത്തിരമാലകളുമായ്
പവിഴ നഗരങ്ങൾക്കുമേൽ

16 വേവുകാലം
കെ ടി രാജീവ്

കടലിരമ്പം പോലെ
പെയ്തിറങ്ങാൻ വെമ്പി
വിഷ വിഷാദവും പേറി
കരിമുകിൽക്കാറുകൾ

സ്നേഹത്തിൻ തിരകളെ
കീറിമുറിച്ചെത്തും
ചുണ്ടിൽ ചതിച്ചിരിയുമായ്
പുതുനിരയാനങ്ങൾ
സങ്കടച്ചുഴി താണ്ടി
നങ്കൂരമിടും
പൈതൃകം വിലങ്ങിടും

കടൽ കലഹത്തിലും പ്രണയിച്ച്
കടലോളം സ്നേഹം തൂവി
കിനാക്കടൽ നീന്തി
കണ്ണീർ നനവ് ഒളിപ്പിച്ചവർ

ഋതുഭേദങ്ങളെ പുല്കി
ജീവിതം വിളയിച്ച്
കൽത്തുറുങ്കില്ലാ ജീവിതത്തുറ
കരുതലായ് കാത്ത്
കനിവുറവകളൂറ്റി
ഒഴുക്കി കാരുണ്യം
വളർത്തീ വമ്പേറ്റി
സൗഹൃദ തീരങ്ങൾ

ജീവിതക്കടലെരിക്കാൻ
ദുഃഖങ്ങൾ കയറ്റിയ
പത്തേമാരികൾ എത്തും
കെട്ടകാലത്തും മരണമില്ല
അട്ടഹാസവുമായ്

മഹാപ്രളയത്തിൻ
അതിജീവനത്തിൻ
തിരയിരമ്പൽ തൻ

പ്രതിരോധത്തിലേക്ക്
തുഴയെറിഞ്ഞ് ഓടിയകലാൻ
കുറുക്കുവഴികളില്ലാ ജീവിത
തിരതല്ലലിൽ കാലും
ഭൂതകാല വേരും
ഉറപ്പിക്കാൻ നീന്തും
പളുങ്ക് മണ്ണിന്നുടയോർ.

അവൾ അഴകിൻ അഴൽ

ഉടൽ പൂക്കുമഴക്
ഉള്ളു പൊള്ളുമഴൽ
ഉയിർ പിടഞ്ഞാഴക്കടൽ
ജീവിതച്ചുഴി നീന്തും
നന്മതുവും നിറനിലാവിൻ
ഉണ്മ

സഹനീയമാം ഉടുപ്പണിയുമചല
സങ്കട സമുദ്രത്തിലകം നിറച്ചും
വിഷാദപർവ്വ പുതപ്പണിഞ്ഞും
മൗനവിലാപക്കുട ചൂടിയും
നടപ്പവൾ

കൂടപ്പിറപ്പിനും കുട്ട്യോൾക്കും
കൂടെ പൊറുക്കും കെട്ട്യോനും
നോമ്പ് നൂറ്റൊന്നെടുത്തും
നിവേദ്യാർച്ചന
ജപപൂജ ചെയ്യുവോൾ

പ്രാരാബ്ധ വഴിയിലെ
ഭാണ്ഡങ്ങളെല്ലാം
ചുമലേറ്റി ഓടിയോൾ
വരനദിയായൊഴുകി

കനിവു നിറച്ച്
വിളമ്പിയോൾ
മണ്ണിൻ മകളായ്
വളർന്നവൾ
കാലത്തിൻ തിരശ്ശീല കടന്ന്
കണ്ണീർക്കുടം പേറി നടന്ന്
കനലിൽ സ്ഫുടം ചെയ്തോൾ

വരസൗഭാഗ്യമാം വാത്സല്യ
പൊൻകുഞ്ഞിനെ
പെറാതെ പെറ്റ്
പുഴയിലൊഴുക്കും
വിധി വിലാപത്തിൽ
മുങ്ങി ജന്മമെല്ലാം
ഉമിത്തീപോൽ
നീറ്റുവോൾ

അധർമ്മ ധ്വംസകരാം
വേദജ്ഞരും
ആത്മജ്ഞാനി
അഭ്യാസികളാം
അഞ്ചുപേരും
നിറഞ്ഞ സഭയിൽ
അപമാന ഭാരത്താൽ
ശിരസ്സു കുനിച്ചലറി
കരഞ്ഞോൾ

പൂർവ്വ സഞ്ചിത
പാപമില്ലാതെ
ആൾമാറാട്ടച്ചതിക്കെണിയൊരുക്കി
കൺ, കാത് കാണാതെ
ശാപശരമേറ്റ് ശിലയായയോൾ

കൊരുത്തിട്ട ജാതക ചൂണ്ടയിൽ
കിനാവുകൾക്കവധി നല്കി
പാഴായ രാപ്പകലുകളിൽ
പലവക പുസ്തകമാകുവോൾ

പാപം ചെയ്യാതെ

കണ്ണീരാൽ
പാദം കഴുകുമ്പോൾ
അവൾ
ചെന്നു വീഴാതെ
മുൾമുനയേല്ക്കും
തളിരില!

വഴി വളരും വഴി

പെരുകും
പ്രജകൾക്കൊപ്പം
വഴികളുടെ പിറവിയും
വളരും നിഴലും

വായ് ഉള്ളവന്
വഴിയും വയറും
വരദാനമെന്ന
വരരുചി മൊഴിയിൽ
പതിരും പഴുതും
പരതുവോരെത്ര?

ആദിമദ്ധ്യാന്തമില്ലാ
കാലകർമ്മ വഴിതൻ
വളവും തിരിവും
താണ്ടാനെത്രയോ
ഉപായ വഴികൾ
ചരിത്രേതിഹാസ
ച്ചുമർ, പുതു ലിപികളിൽ

അർത്ഥത്തിനും
അമൃതിനുമായ്
പടവെട്ടിയ

ദേവാസുരയിടങ്ങളിൽ
കുടിപ്പാർപ്പായ്
ജ്ഞാനയജ്ഞം തീണ്ടാ
ഹൈടെക്കാം
ആൾ ദൈവങ്ങൾ

മരണമില്ലാ മരുന്നിൻ
വേര് പിഴുതെടുക്കും
മറു തന്ത്ര വഴികൾ

ആളും അഭ്യാസവും
അതിരറ്റതാം
(അ)ധർമ്മ സഭയിൽ
ശാപാഗ്നി ചിതറി
പൊഴിച്ച കണ്ണീർ
കടലായ്
കൈവഴികളിലൂടിന്നും
അധികാരക്കൊയ്ത്തിനായ്
ഹസ്തിനപുരികളിലെ
യുദ്ധവഴികൾ

മുൾക്കിരീടമേറ്റിയിഴച്ച
ഞരക്കവും
സഹനത്തിൻ പാതയിലെ
പിടച്ചിലും
നിലയ്ക്കാതോർമ്മ വഴികൾ.

ഉപ്പും ചോറും

എല്ലുമുറിയെ
കൂലിയില്ലാ
വേലചെയ്തടിയർ
കണ്ണീരുപ്പ് രസമാക്കി,
പണ്ട് തമ്പ്രാൻ

പല്ലു മുറിയാതെ
ഏനല്പം വറ്റിനും
കരിക്കാടിക്കുമായ്
കേണിട്ടും
കണ്ണീരുപ്പും മണ്ണും
മൺകുഴി കഞ്ഞിയിൽ
വീഴ്ത്തി

പട്ടിണിക്കരികെ
അപ്പമായ്
ഉടയോനെത്തുവതും
അർഹമാം
അന്നത്തിൽ
അടിയൻ പേര് കാത്തും
കൊയ്തുകൂട്ടി
കുന്നാക്കി മാറ്റി
കളപ്പുര താക്കോൽ

24 വേവുകാലം

കെ ടി രാജീവ്

തെരഞ്ഞും
മുണ്ടും മുറുക്കി
കാലമെത്ര കാതോർത്തിട്ടും
അത്താഴ പഷ്ണിക്കാർക്കായ്
അശരീരിയൊന്നും കേൾക്കാതെ
അഹ, മധികാരത്തിൻ
ആർഭാടമാം
എച്ചിൽക്കൂനകൾ കാട്ടി
അടിമക്കൂലിയായ് അന്നം
ഉപ്പും ചോറും
കുമ്പിളിൽ കഞ്ഞിയുമെന്ന്
വാഴ്ത്തവേ
ജഠരാഗ്നിയിൽ
ദഹിക്കാ ആത്മാക്കൾ
ബലിക്കാക്കയായ്!

വിശപ്പിൻ മൗന ഭാഷ
വിതുമ്പലിൻ വേലിയേറ്റം
എരിഞ്ഞുകത്തി
നാടും ഭരണവും
വെണ്ണീറാകാറുണ്ട്
ചിലകാലം.

ചൂണ്ട

അരുതെന്ന് പറഞ്ഞിട്ടും
അരികൊന്നു ചേർക്കാനായി
സ്വപ്നമഞ്ചമേറ്റുമെന്ന്
പറഞ്ഞത് നീ!

വേണ്ടെന്ന് പറഞ്ഞിട്ടും
വേണമൊരു 'തണൽ
തരു'വെന്ന്
പറഞ്ഞതും നീ തന്നെ!'

കണേണ്ടെന്ന് കേണിട്ടും
കാണാക്കാഴ്ചയുടെ
നിലവറകളിലേക്ക്
ആനയിച്ചതും നീ

ഒളിപാർത്തിട്ടും
അശരീരിയായ് കേൾപ്പിച്ചതോ
ആശിക്കാ തീർത്ഥാടനത്തിന്
അകം പൊരുൾ

കർമ്മ പാപങ്ങൾ കഴുകി
പുനർജ്ജനിക്കായ്
കൊണ്ടുപോം യാത്രയിൽ

കാറ്റും കടൽത്തീരവും
കാട്ടിയ കണ്ണീർ ചിത്രം
തിരമായ്ക്കുമെന്നും പറഞ്ഞു

നിഴലിൻ ഉറപോലും
ഊരി ഓടിയിട്ടും
ദൂരെക്കൂട്ടി നീ എറിഞ്ഞ
വലയിലൊളിപ്പിച്ച
ചെറു ചൂണ്ടയിലെല്ലാം

ക്ഷമയുള്ള
വേടന്നാവനാഴിയിൽ
മുനയുള്ളനവധിയാം
പ്രലോഭന ചുഴികളെന്ന്
ഇരവഴിയിലാരോ
പറഞ്ഞു.

ഒളിവിലും തെളിവ്

ഒരു കണ്ണീർ കണത്തിൻ
ആഴങ്ങളിൽ
ദുഃഖത്തിരയടിച്ച്
ചിതറിയ സ്വപ്നങ്ങളുടെ
പുരാവസ്തുക്കൾ

ഒരു നീർക്കുമിളയുടെ
ഉള്ളറകളിൽ
കരകവർന്നെടുത്ത്
വിധവയായ് പിടഞ്ഞ
പുഴയുടെ കണ്ണീർ
വറ്റിയ തേങ്ങൽ

ഒരു ദീർഘനിശ്വാസ
ഉണർച്ചയിൽ
ജന്മാന്തര കർമ്മങ്ങളുടെ
അവസാനിക്കാ
കണക്കെടുപ്പിൻ
കൊടുങ്കാറ്റ്

ഒരു ശബ്ദകണികയിൽ
പ്രപഞ്ച പരിണാമത്തിൻ
കേൾക്കാനാവാ സ്പന്ദനം

ഒരു കരിന്തിരി
മിഴിനാള ചിമ്മലിൽ
ചിറകുകരിഞ്ഞ
നല്പകലുകളുടെ
ഗണിതപഞ്ചാംഗ
ഇടക്കള്ളികളിൽ
നീറ്റും നിലവിളി
ചിതൽമൂടി!

സത്യമായും കണ്ടു

മഞ്ഞു കുന്നുകളുടെ
ചരിവുകളിൽ
കൊല്ലപ്പെട്ട മരങ്ങളുടെ
എല്ലു കൂടങ്ങൾ
പൊങ്ങി പൊങ്ങി
നില്ക്കുന്ന ഒരു ദേശത്തെ
ഞാൻ കണ്ടു.

തിരിച്ചെടുത്ത ജീവനുമായി
ജലക്കോട്ടയിലേക്ക്
മടങ്ങിപ്പോകുന്ന ദൈവത്തെ
ഞാൻ കണ്ടു.

തോക്കും വാളും
ധരിച്ച തേരുകൾ
തപസ്സിരിക്കുന്ന
വാക്കുകളെ മെതിച്ച്
പാഞ്ഞുപോകുന്നതും
തീ പിടിച്ച
പുഴകളുടെ തീരത്ത്
ദേവദാരുക്കൾ
നിലവിളിക്കുന്നതും
ഞാൻ കണ്ടു

30 വേവുകാലം

കെ ടി രാജീവ്

കുങ്കുമപ്പാടങ്ങളിൽ
യാതനകൾ പൂക്കുന്നതും
രക്ഷകൻ അടക്കപ്പെട്ട്
ശവപ്പറമ്പുകൾ ഉണ്ടാകുന്നതും
ഞാൻ കണ്ടു.

പഹാരിപ്പാട്ടുകളും
ബാവുൽ നൃത്തങ്ങളുമൊഴിഞ്ഞ
ബാരാമുള്ളയിലും ബഡ്ഗയിലും
മരുഭൂമികൾ മുളയ്ക്കുന്നതും
മുളച്ചു വളരുന്നതും
ഞാൻ കണ്ടു.

സന്തുറുകളും
സിത്താറുകളുമുടഞ്ഞ
സൂഫികൾ വഴിമുട്ടി
യാത്ര മുറിഞ്ഞ്
മഞ്ഞുപാളികളിൽ
മൂടിപ്പോകുന്നതു
ഞാൻ കണ്ടു

ഒടുക്കം
പാതിമെയ്യിൽ വസന്തവും
പാതിമെയ്യിൽ ഹേമന്തവും
ഉടുത്ത ഒരു പെൺകുട്ടി
ചുരങ്ങളിറങ്ങി
ഓടി മറയുന്നതും
ഞാൻ കണ്ടു.

ഇരുതല മൂർച്ചയുള്ള,
ഇരട്ടത്തലയുള്ള
സ്വരൂപങ്ങൾ
കുരുക്കെറിയാൻ
പിന്തുടരുന്നതും
ഞാൻ കണ്ടു.

മാഞ്ചോട്

നീലാകാശംതൊട്ടൊരു
നിഴൽതീർത്ത്
നാനാദിക്കിലേക്കും
തൊഴുകൈനീട്ടി
ധ്യാനിച്ചുനില്ക്കും
മഹാജ്ഞാന
വൃക്ഷമായിരുന്നെനിക്ക്,
മുറ്റത്തെമാവ്

ഋതുസംഗമം
പെറ്റ് പെയ്തൊഴിയാ
വിരിയും വർണ്ണങ്ങളും
നിറയും മോഹങ്ങളും
കുളിരും ഓർമ്മകളും
നൂറായിരം കൂടുകെട്ടി
പീലി വിടർത്തിയാടിയും
മതികെട്ടുറങ്ങിയും
വിരഹപ്പക്ഷികൾ ചേക്കേറിയും
സ്വപ്നങ്ങളും
നൊമ്പരങ്ങളും
നവരസപ്പൂക്കളും
പൂത്തുലഞ്ഞ്

നൃത്തംവയ്ക്കും
ജീവിത്തറയായിരുന്നു

*** *** ***

മാങ്കൊമ്പിലെ
കുരുക്കഴിച്ച്
മേശമേൽ
വിരിച്ചെൻ
ഹൃദയപക്ഷത്തെ...

അടിയുടെ പാടില്ല
ഇടിയുടെ ചതവില്ല
കുത്തേറ്റതിൻ മുറിവില്ല
കീറിമുറിച്ച
പരിശോധനയിൽ
വാക്കത്തിയില്ല, തോക്കില്ല
മാരകായുധങ്ങളില്ല
വട്ടിപ്പലിശക്കാരനിൽ
മനസ്സിൻ കൂടാരത്തിൽ
ഒളിപ്പിച്ച
ചില മുനയുള്ള
വാക്കുകൾ
ആ ദുർബ്ബല
ഹൃദയത്തിലേക്ക്
കുത്തിയിറക്കുകയായിരുന്നത്രെ!
സ്വയംഹത്യാക്കുറ്റം
ജഡത്തിൻമേലും

നിറകണ്ണും നിലവിളിയും
നീറിപ്പിടയും മനസ്സും
സങ്കടമഴയിൽ ഇരുൾ മൂടിയ
ശ്മശാന സ്മാരകമായിന്ന് മാഞ്ചോട്.

തീർത്ഥാടനം

പകയും പാപവും
ഉന്മൂലനചിത്രമെഴുതും
ആത്മാക്കൾമേയും
ആലയംവിട്ടൊഴിഞ്ഞ്
പുറപ്പാടിൻ വഴിയേ
സാന്ത്വനതീരം തേടി
മാവേലി യാത്ര!

കാലത്തിൻ
കർമ്മവിചാരണ വഴിയേ
ഋതുച്ചിറകിലേറി അലയും
തുരുത്തുകളിൽ തെളിയും
പുതുകാഴ്ചകൾ

തടുത്തുനിർത്താൻ
ആരുമില്ലാതെ
ഉന്മാദിയെപ്പോലലയും
കാർമേഘക്കൂട്
സങ്കടക്കെട്ടഴിച്ച്
സമാധിയാം
പുഴയുടെ നിശ്ശബ്ദതേങ്ങൽ
നീർക്കുമിളയായലിഞ്ഞു

34 വേവുകാലം
കെ ടി രാജീവ്

ചേക്കേറാനൊരു
ചില്ലതേടവേ
മഴുമുനകൾതൻ
മൂർച്ചക്കണ്ണുകൾ വിലക്കി

പച്ചപ്പിൻ
വേരുമാഞ്ഞ
പാടങ്ങളിൽ
പാമ്പിൻപത്തിപോൽ
തലനീട്ടി നില്ക്കും
യന്ത്രക്കൈകൾക്കെന്ത്
മകരക്കൊയ്ത്ത്

ഉലകമൊരു
ഗ്രാമമാകും സന്ധ്യയിൽ,
വാണിഭാരവത്തിൻ
മുരൾച്ചയിൽ
കടൽത്തീരങ്ങൾ

പ്രക്ഷുബ്ധമെന്നും
വലയിൽ വീഴാൻ
കാത്തിരിപ്പുനിര
തീരം കൈയടക്കിയെന്നും
കാറ്റുപറഞ്ഞു

ഇരയാവാതിരിക്കാൻ
വേട്ടക്കാരും
വേട്ടയാടപ്പെടാതിരിക്കാൻ
ഇരയും കടുത്ത
മത്സരത്തിലാണത്രെ
യുദ്ധങ്ങൾക്കിടയിലെ
ശൂന്യത
മദ്ധ്യസ്ഥനാകുമെന്നും സംസാരം.

മഞ്ഞുമലകൾ കത്തുമ്പോൾ

ഭൂ സ്വർഗ്ഗമാം
ഹൈമവത മഹാ
ശൈലങ്ങൾ
ഉള്ളുരുകി നീറ്റും
പൂർവ്വസഞ്ചിതകർമ്മം.
പൂർവ്വജന്മാർ പാപവഴികളും

അഴകുവിരിച്ചൊരുക്കാൻ
ഋതുദേവതകൾ
മത്സരിച്ചാ
ഹിമഗിരി ശിഖരങ്ങൾ

ജിഹാദിൻ അധികാര
ക്കൊടിയുമായ്
നിറതോക്കെഴുതും
ഹിമാചല സാനുവിൻ
കണ്ണീർച്ചുരത്തിൻ
ആഴമളക്കുവതെങ്ങനെ?

മഞ്ഞുമല നെറുക
പൈൻകുടയേന്തി നില്ക്കും
കുറ്റിക്കാടുകൾക്കിടെ
നിഴലിഴചേരും

ഭീകരരൂപങ്ങളൊഴുക്കും
പ്രാണരക്തം കണ്ട് കരഞ്ഞ്
കലങ്ങീ സിന്ധൂ, തപി
ഓരോനുഴച്ചിലും
ഒരായിരം വേർപാടിൻ
കനലെരിയും നൊമ്പരം
കണ്ണീർ വാർന്ന് വറ്റിയ ജന്മങ്ങൾ

അന്ന്
ഒരു പണ്ഡിറ്റ് പരാജയം
വെണ്മലകളിൽ
പിറക്കും കുരുന്നുകൾക്ക്
തീരാവ്യഥയായ്
നൊമ്പരങ്ങളുടെ ഗ്രീഷ്മ, ശിശിര
പെയ്ത്ത്

ഇന്ന്
ഒന്നായ് ചേർന്ന
ഹൃദയബന്ധങ്ങൾ
അടർത്തി
ഭരണഗ്രന്ഥത്തിൻ
അടയാള നമ്പർ (370) മായ്ച്ചെഴുതും
പുതുമോടിയിൽ.

കടലാഴം

നിന്നുടലിൻ
ഉയിർ സ്വരൂപമായ്
പകുത്തിട്ടും
പാതിയും ചോരാ
സ്നേഹ പ്രവാഹത്തിൻ
കടലാഴം പൂകും
ഉണർവ്വിൻ
നിത്യപ്പൊരുൾ!
എത്രപകർന്നാലും
വറ്റാക്കണ്ണീർക്കുടം
പേറും പിന്നെയും
വാർത്ത് മനസ്സിൻ
മൗനം ഉരുക്കും
പെൺ ജന്മശാപം
ഉരുൾപൊട്ടിയൊഴുകും
പിന്നെഘനീഭൂതമാക്കാൻ
പെയ്യും കാരുണ്യവർഷം
വ്യഥകൾതൻ വെയിൽച്ചൂടിലും
വേർപാടിൻ നിറനോവിലും
പഴിയും പ്രാക്കുമില്ലാ
തീരാക്കടപ്പാടിൻ
കുടനിവർത്തും

സങ്കട, ശാപ ഗർഭത്തിലൊളിപ്പിച്ച്
സാന്ത്വന സംഗീത താരാട്ടായ്

അഭിജാതമാം
തിരുമുറ്റത്ത്
ആർഭാടമാം അലിവിൻ
ജീവിത പാതയോരത്ത്
അടുക്കളയിലും
മനസ്സിൻ
അകത്തളത്തിലും
കനലെരിയും
രാപകലുകളിലും ദ്വന്ദ്വയുദ്ധം
ജീവിതപ്രതിരോധം
കണ്ണടയ്ക്കാതിരുന്ന്
കഷ്ടത തിന്നുവോൾ.

എല്ലാം വഴി

കാലത്തിൻ
നാഡീവ്യൂഹമായ്
വഴികൾ വളരും
വയസ്സില്ലാതെ...
ഭൂഹൃത്തിലും
ഗർഭത്തിലും
വസിക്കും പിറക്കും
പരമ്പര ചരിത്ര
വഴികൾക്കില്ല നാശവും!

പാതയൊന്നടഞ്ഞാൽ
മറുകോടി വഴികളുണ്ടാം
നാനാ ദിക്കിലേക്കും
ആദിയന്ത്യമെന്യേ നീളും
സമാന്തര വഴികളിൽ
ഇരുകാലുമുറയ്ക്കാതെ
ആത്മബോധവഴി
തുറക്കാനാവാതെ
പുറപ്പാടിൽ കാലുറച്ച്!

*ജിതേന്ദ്രിയൻ

അപരിഷ്കൃതനാണുപോൽ
വേരും ഊരും ആരാഞ്ഞ്
നാട്ടുസദാചാര
തെരുവ് വിചാരണയിൽ
ഊര്, ഭൂതലം
പേരിനായൊരു
പേർ 'നാടുതെണ്ടി'
ചാർത്തീ ജന്മത്തെരുവ്

ദുഃഖങ്ങളോടേറ്റുമുട്ടി
അംഗഭംഗം വന്ന്
പതംവന്ന മനസ്സിന്നുടമ

ജീവിതയുദ്ധത്തിൽ
തോറ്റുതോറ്റ്
തൊപ്പിയിട്ടിട്ടും
തുടരും പാഠപഠനം!

കല്ലുപിളർക്കും
കല്പനയും

---

* 2018 ഫെബ്രുവരി 22 ന് അട്ടപ്പാടിയിൽ ഒരു സംഘം സദാചാര വിചാരണക്കാർ മോഷണക്കുറ്റമാരോപിച്ച് മധു എന്ന ആദിവാസി യുവാവിനെ മർദ്ദിച്ച് കൊന്നതിന്റെ സ്മരണ.

തുളഞ്ഞുകേറും
കുത്തുവാക്കും ശാസനയും
പതിച്ച് മേൽക്കുമേൽ
മറവീണ
തഴമ്പിൻ ചെവി
പോർവിളിക്കായ്
കാത്ത്, കാതോർത്ത്
കണ്ണും മനസ്സും
കൂർപ്പിച്ചിരിക്കും
ദുരിതശരഗണത്തിന്
വന്ന്
വിശ്രമിക്കാനൊരിടം!

മുട്ടിലിഴയും നാളിലും
കൈകാലുറയ്ക്കും കാലത്തും
നാവിൻതുമ്പിൽ
കയറിക്കൂടിയ
മണ്ണിന്മാധുര്യത്തിനപ്പുറം
നാക്ക്
പട്ടുപോയ മടയൻ
ധാന്യമണിയിൽ
തൻപേർ
തേടിയലഞ്ഞ്
ഗുഹാമുഖമെത്തിയോൻ!

എല്ലാമറിഞ്ഞവർ വെട്ടം കെടുത്തി
ചായുംതണലും
വെട്ടിമാറ്റി
മടയും കൊട്ടിയടച്ച്
മലയിറങ്ങി
വരുംകാലമൊരമ്പലമോ
തീർത്ഥാടന കേന്ദ്രമോ
സ്മാരകാലയമോ
ഉണ്ടാകാനിടയില്ല.

ഓർമ്മപ്പെരുന്നാൾ

മറവി പുതച്ചങ്ങുറങ്ങും
മനസ്സിൻ മൈതാനത്ത്
ഓർമ്മതന്നുത്സവക്കൊടിയേറ്റം
അനുമതിയില്ലാതുള്ളിൽ
കയറിക്കൂടും
അതിഥികൾ നിരനിരയായ്
ഭാണ്ഡങ്ങളഴിച്ച്
ജീവിതതാള പെരുക്കത്തിൽ
കയറ്റിറക്കങ്ങളിലൂടെ
കാലത്തിൻ കുസൃതിക്കൈപിടിച്ച്
ഓർമ്മവഴികളിൽ ഏന്തിയും വലിഞ്ഞും!

മോഹവിത്തുകൾ മുളച്ചു പൊന്തിയ
നടവരമ്പിലെ
സ്നേഹ മരച്ചില്ലകളിൽ
ഋതുക്കളൊന്നൊന്നായ്
ചിറകടിച്ച് ചേക്കേറും
കരുതലും കൈയിലെടുത്തൊടുവിൽ
പറന്നകലും മറ്റൊരു
കുളിരോർമ്മ തളിർക്കും
ജ്ഞാന വൃക്ഷത്തലപ്പുകളിൽ
അവിടവിടെ
ചിന്തകൾ പൂക്കുന്ന
നീല വസന്തം ഇതളിടുന്നത് കാണാം

താലോലിച്ചാലോലിച്ച്
ചിപ്പികളായ് ഹൃത്തിൽ
സ്വരുക്കൂട്ടിയ സ്വപ്നങ്ങളുടെ
തായ്‌വേരുകൾ മറ്റാരോ
പിഴുതെടുത്ത് പട്ടുപോയ മോഹങ്ങൾ
കരഞ്ഞുലഞ്ഞു
കലങ്ങി വീർത്ത മനസ്സിൻ
കണ്ണിൽക്കത്തും തീവട്ടിയേന്തി
മുമ്പേ നടക്കും
ഉള്ളിലെരിയും ചിന്തകൾ
തുറിച്ചുനോക്കും

ഓർമ്മകളുടെ പലകക്കിടക്കയിൽ
പട്ടിണിപ്പായിട്ടുറങ്ങിയത് തികട്ടിവരും

കൈവിട്ട പട്ടം പോൽ
പറക്കും, കനവിന് പറവ
തപ്തശ്രുതി മീട്ടും
മറന്നു തീരാതുണർവ്വിൻ
ഉഷഃസന്ധ്യയിൽ പ്രണയം പൂക്കും

ഒന്നിച്ചൊന്നായടിവയ്ക്കും
അനുഭവ ഘോഷയാത്രയിൽ
കാലം സുവർണ്ണ പീലികളും
വറുതി തൂവലുകളും തിരുകി വയ്ക്കും

വേർപാടിന് നോവെരിഞ്ഞുയരും
സങ്കടത്തീച്ചൂടിനെ
മറവി തൻ വന്മതിൽ തടുത്ത്
മേഘാഗ്നിയും മുകിൽ വർഷവുമെത്ര
ചൊരിഞ്ഞാലും
ഇടവേളകളിൽ
കണ്ണും കാതും കൂർപ്പിച്ച്
കാത്തിരിക്കും
നൊമ്പരങ്ങളുടെ ശരശയ്യ
ബാക്കിപത്രമായ്
ഒടുവിൽ മറന്നുതീരാത്ത
മനസ്സിന് ശേഖരം
അകം പുറം തീർക്കും
ഇരട്ടകൾ പിറവിയെടുത്തേയിരിക്കും.

നിഗ്രഹ പുരാണം

ഇന്ദ്രീയവധമാദ്യം
അതീതരായ് ഇറക്കം
പുറത്ത് പത്തിയായ്
പരിധിയില്ലാ പക്ഷമായ്

സംഹാരം, കുരുതി കൂട്ടമായ്
ഉന്മൂലനം, ശാപശര പ്രവാഹം
പരിത്യാഗങ്ങളാം
കലിഭാവങ്ങളായ്

സർവ്വധർമ്മ
പരിപാലനപ്പേരിലെത്ര
നിഗ്രഹാനുഗ്രഹ
മത്സരങ്ങൾ
ദ്വന്ദ്വ ഭാവങ്ങളിൽ
വേദ, ദേവ, വേദാന്തികൾ!

ദേഷ്യ, വിദ്വേഷ
പകരപ്പോരാം
ദുർവ്വാസാവിൻ
ശാപ സായകമേറ്റ്
ദേവരാജൻ, കൃഷ്ണൻ
ശാകുന്തള നിരനീളെ

തപം കൊണ്ട്
വരവീരവീര്യമാം മഴുവിനാൽ
മാതാവിൻ തലയറുത്തും
ക്ഷത്രിയ രാജരെ
കൊന്നുകൂട്ടി കരുത്തനാം
മുനിക്കും ഹേതുവുണ്ട്
പരിഹാര ക്രിയയും
ശ്വാസവായുവിനാൽ
തീമാരിപൊഴിച്ച്
വിശ്വം വിറപ്പിച്ച
ഉഗ്രമൂർത്തിയാം ഋഷി
ദേവസുന്ദരി ദർശനം
അഗ്നിക്കും ദഹിക്കാ
സ്വരൂപമായ്
പത്തിയാടി ഇന്ദ്രിയം

കെട്ടുപോകാ കാമ നിവൃത്തിക്കായ്
യയാതി യാചന
സ്വന്തമാത്മാക്കളോടും

അളകാപുരിവാണ
ധനേശ്വരനും
അഗസ്ത്യമാന്യൻ
ശാപശയ്യ
കണക്കറ്റ പ്രഹരം
സർവ്വസമഭാവനാഭരണം
പാതാളത്തിലാക്കാനും
ദേവോപജാപക
ഗർവ്വിൻ ഗൂഢാലോചന
പരമ്പര

എത്ര നിഗ്രഹിക്കിലും
അഭ്യാസ മുറകളാൽ
അടക്കിവാഴ്കിലും
അടങ്ങാ കൊടുങ്കാറ്റുപോൽ
ആസുര ഭാവ കൈകൾ
ചുഴറ്റും

എല്ലാം നിശ്ചയങ്ങളെന്ന
പഴുത് തേടി
കലിസ്വരൂപർ

അധർമ്മബാധ, സൂത്രവാക്യങ്ങൾ
പാഠമാകും
പരമ്പരകളിൽ

കാലകൃത കർമ്മബന്ധ
ശൃംഖലകളിൽ
ശാപാനുഗ്രഹങ്ങളെത്ര
ചൊരിഞ്ഞാലും
വറ്റാ കണ്ണീരുറവ
ഇരമടകളിലൂടെന്നും.

മൃഗയയ്ക്കുമേൽ

ഹരിതനീലവർണ്ണങ്ങളിൽ
വിടരും കൺകളും
പാറിപ്പറക്കും
പൊൻതുമ്പിയായ്
മനസ്സിൻ നിറചിരിയും

കൊടുംവേദനയിൽ,
എരിയും വിശപ്പിൽ
പൊരിയുമാത്മാവുമായ്
എട്ടുംപൊട്ടും തിരിച്ചറിയാ
തളിരിലപോൽ വളർന്നവൾ!

മഞ്ഞുമൂടി പുതപ്പുപോൽ
ഉരുകിയൊഴുകും ലാവപോൽ
ദുഃഖവും ഘനീഭവിക്കും കണ്ണീരും
ഭുജിച്ച് നീന്തിയോൾ

വേദനാട്ടിലും ദേവഭൂവിലും
ശൈശവ, ബാല്യം
ബലിയെടുപ്പോരവർ
ഹെറോദോസിയൻ
കംസൻ പിന്മുറക്കാർ

രക്തപങ്കിലമാം
വംശീയവെറിയും
കാമാസക്തിയും ചേരും
പുതുധർമ്മക്കൊടും
രാക്ഷസദംഷ്ട്രകൾ
കാളകൂടം പുരട്ടിയാഴ്ത്തും
മേടകളിൽ മുഴക്കും
പെൺകുഞ്ഞ് രക്ഷാ
മുദ്രാവാക്യം

കത്വവ, ഉന്നാവ,
ഉത്തരദേശങ്ങളിൽ
ചീന്തിയെറിയും
പിഞ്ചുപെൺ
പിറാക്കളാം
പാൽപുഞ്ചിരിമാറാ
ആത്മാക്കൾ പുലമ്പുന്നു
ശപിക്കുന്നു
'പിറവിയെടുക്കാതിരുന്നെങ്കിൽ'

മഹാമൗന ശിരസ്സുകൾക്കു താഴെ
പരുവപ്പെട്ട മനസ്സിന്നടിമകൾ
ആഴങ്ങളിലൊളിപ്പിച്ച മനഃസാക്ഷി
തൻമകളല്ലെന്ന ബോദ്ധ്യത്താൽ
ഫെയ്സ്ബുക്കിൽ 'മകളേ മാപ്പ്.'

മിച്ചഭൂമിയുദ്ധം

ദേവാധിപത്യ
കുടിലബുദ്ധി
മൂർച്ചമിനുക്കിയ
മൂന്നടിയിലാണത്രേ,
ദ്രാവിഡമന്നൻ
മഹാൻ മാവേലി
മണ്ണിന്നടിയിലായത്!

ഭൂമിതൻ ആഴവും
പരപ്പും ആകാശവും
ആർത്തിയോടങ്ങ്
അളന്നുകൂട്ടിയ
വാമനനങ്ങനെ
വൻ ഭൂമാഫിയയായ്
ശേഷിക്കും
ഒരടിക്കായ്
അഭിനവർ
സദായുദ്ധത്തിൽത്തന്നെ
പാരമ്പര്യാവകാശ
കൈവിഷവും കൈയൂക്കും
കരുത്താക്കിയാണീ
കടുത്ത മത്സരം!

ആൾമാറാട്ടം
ചരിത്രേതിഹാസമാക്കി
ഉദാരശ്രീമാനെ
ചതിക്കുഴിയിലാക്കി
മിച്ചഭൂമിയാം
മുപ്പാരിനെ കൈയിലാക്കിയ
മഹാവിഷ്ണുവിൻ
പേരിലൊരു
പെറ്റിക്കേസുമില്ല!

ആണ്ടിലൊരു
വരുത്തുപോക്കിന്
അനുമതി വാങ്ങി
മാന്തിസിങ്ങല്ലെന്ന
തെളിവടച്ച പഴുതും
കാഞ്ഞകൗശലവും

*** *** ***

മലയാളക്കരയിലെ
മാലോകരെയെല്ലാം
ഒന്നുപോലാക്കാൻ
ഒരുമ്പെട്ടിറങ്ങിയ
മാവേലിക്കെതിരെ
തൊഴിൽപോകുവോരുടെ
പൊതുഹർജി
ദേവരിൽ തുടങ്ങി
വേദവിജ്ഞരും
സൈദ്ധാന്തിക പടുക്കളും
ധർമ്മസംഘക്കാർ പിന്നീടും
മെഗാമേള
പൊലിപ്പിച്ച
പോക്കറ്റുമായ്
വൈശ്യപ്രമുഖൻ
വക്കാലത്തുമായ്
മന്നനൊപ്പവും.

ഒരു സാക്ഷ്യവിചാരണ

പ്രലോഭന വലയങ്ങളിൽ ബന്ധിതൻ
നിശ്ശബ്ദ ബ്രഹ്മത്തോളം തീറെഴുതപ്പെട്ടവൻ
തിളയ്ക്കുമാത്മ നൊമ്പരങ്ങളിൽ
കൺമിഴി പൂട്ടി
നിൻ ഉണർവ്വുകാത്ത്
എത്രനാളീ
സമാധിവൃക്ഷച്ചുവട്ടിൽ?

ജനിമൃതി നിഴലിൽ
ഒളിപാർക്കും
കർമ്മസഹചാരിയായ്
സങ്കടപ്പെരുവഴികളിൽ
ഉണ്മയിലും ഉറക്കംനടിച്ച്
ഉറഞ്ഞ മൗനങ്ങളിലാഴ്ന്ന്
ഉൾവലിയൽ ഉടുപ്പണിഞ്ഞ്
ഉത്തരങ്ങളെത്രയോ ഒളിപ്പിച്ച്...

കുഴിച്ചുമൂടപ്പെട്ട നേർസാക്ഷ്യ
അടയാളക്കണ്ണ് ചിമ്മുന്നുണ്ട്
ത്രികാല വാതിലുകൾ തുറക്കും
അശാന്തപർവ്വ
ചക്രവാളങ്ങളിലേക്ക്
തിരയൊഴുക്കി ഉടച്ച
ജീവശംഖിൻ
സ്പന്ദനങ്ങളിലേക്ക്

നിഴലൊട്ടി നില്ക്കും
കുഞ്ഞിൻതണൽക്കൂട്
അരിഞ്ഞുമാറ്റും
മാതൃരോഷത്തിലേക്ക്!

നിത്യംനിണവഴികളിൽ
ക്രൂരാത്മാക്കൾമേയും
ആസുരമേടകളിലേക്ക്

മറയ്ക്കപ്പെടും നേരിൻ
ചിത്രങ്ങളിൽ,
മാറാലകെട്ടും പുതു
ചിന്തകളിൽ
മായ്ക്കപ്പെടും മഹാ
ജീവിതങ്ങളിൽ,
മുളയിലേനുള്ളിയെറിയും
മുകുളങ്ങൾതൻവാടലിൽ
ശിക്ഷയ്ക്കും ശിക്ഷണത്തിനും
മദ്ധ്യസ്ഥനാവാതെ
അന്ധകാര നിലവറയിൽ
കൺകാത് തുറന്ന്
നിശ്ശബ്ദകുമ്പസാരക്കൂട്ടിൽ
എത്രനാൾ?
അണിയറപ്പൊരുൾ
കാക്കും കാവലാൾ
കിട്ടാതിരിക്കില്ല,
'കനപ്പെട്ട നിലവറകൾ'

രാപകൽ സാക്ഷ്യം
ഓർമ്മകളുടെ ഉലയാനാളം
തപിച്ചുമറിഞ്ഞുയരും
നെടുവീർപ്പിൻ
ഉഷ്ണക്കാറ്റായ്
ചിലകാലങ്ങളിൽ
ഇരകളുടെ
ശാപാഗ്നി നീറ്റും
കുറ്റബോധയാത്രയിൽ
മനസ്സാക്ഷി പിടഞ്ഞ്
കുടിപാർക്കുവതെത്ര നാൾ?

അഭിമന്യു

അഴലേ,
നീയേ
പൂക്കളാകുന്നുള്ളു
അഞ്ചുനാടിന്റെ പാടങ്ങളിൽ

രാജമലയിൽനിന്ന്
നീലപ്പകലുകളും
നിലാക്കളും
പലവട്ടം
ഒഴുകിയിറങ്ങി...

പാടമെത്താതെല്ലാം
വരൾ കാറ്റുകളാ-
യകലേക്ക്
മാഞ്ഞുമാഞ്ഞു പോയ്!

മഞ്ഞുമഴകളുടെ
നിഴലുകൾ
അവയ്ക്കിടയിലൂടെ
തൂകി വീഴുന്നുണ്ടാവാം
ഇല്ലെന്നാവാം
അവിടാണ്...
അഭിമന്യുവേ, നീ

54 വേവുകാലം

കെ ടി രാജീവ്

പൂത്തോരഴകായ്
വിരിഞ്ഞത്
അതിലെത്ര
കൗമാരത്തിന്റെ
കതിർപ്പൂകൾ,
കലങ്ങിത്തെളിഞ്ഞ
കാഴ്ചപ്പച്ചകൾ...
അതിൽ
പഞ്ഞമുണ്ടുണ്ടു
മരിപ്പോരുടെ
ഊര്, ഉടുതുണി,
വീട്, വിദ്യാലയമെന്നെല്ലാം

നീതിയെക്കുറിച്ച്
വിശപ്പോരുടെ
ദാഹിപ്പോരുടെയെത്ര
കാത്തിരിപ്പുകൾ
ചോന്നു ചോന്നുരുകുന്നു.
സ്വർണ്ണമായ്ത്തീരുവാൻ
പാഠപുസ്തകങ്ങടെ
വരികൾക്കിടയിൽ
വായിച്ചു നില്ക്കുന്ന
നിന്നെ കാണാം!

വീണു പോയവർക്കിടയിൽ
വിണ്ട പാദങ്ങളെ നോക്കി
നീ നില്പുണ്ട്...
നിഴലിലുമിരുളിലും
ആളുകളുണ്ടെന്ന്
പറഞ്ഞത് നീയാണ്!

മിഥുനത്തിന്റെ
മഴരാക്കളിൽ
നിന്റെ ഹൃദയം
കാറ്റിലുലഞ്ഞാടുന്നെങ്കിലും
കത്തിക്കത്തി
നില്ക്കുന്നു!

കർക്കിടകമോ
കണ്ണുനീരിൽ കുളിച്ച്,
നിന്റെ പിളർന്ന
ഹൃദയത്തിന്റെ
തുണ്ടുകൾ
ചേർത്തു പിടിച്ച്
ചോര വാറുന്ന
കൈകളുമായ്
തലതല്ലിപ്പിളരുന്നു!
അതു
കടന്നു പോകില്ലൊരിക്കലും...
അഭിമന്യുവേ, നീയോ മരിച്ചു.

താര ദിനസരികൾ

അഭിനയ പ്രേമത്തിനിടെ
ജീവിതാഭിനയത്തിലേക്കൊരു
കോൾഷീറ്റ്

ചായവും ചമയവുമണിഞ്ഞ്
പ്രണയത്തിൻ
ക്ലാസിക്കൽ ലജ്ജ
നവരസ പ്രകടന
വാർപ്പ് മാതൃക
സ്നേഹത്തിൻ വേദന,
വിഷാദം, വിതുമ്പൽ,
നിരാശാ ഗാനം
ഒന്നാം ഭാഗം ഭദ്രം!

ഫ്രെയിം വിട്ടകന്ന്
താളപ്പിഴപ്പെരുക്ക
പ്പെരുമാരിയിലടി
പിഴച്ചും അടിവച്ചും
രണ്ടാം അങ്കം!

ശിഷ്ട ജീവിത
മോചനം നാട്ടുനടപ്പായ്
ജീവിതവെള്ളിത്തിര
വെറുതേയൊരഭിനയം!

ദുഃഖങ്ങളുടെ കരച്ചിൽ

സംസ്കാരം മണ്ണാഴങ്ങളിൽ താളിൽ മൂടി
സിന്ധു നദീതട തീരം
സർവ്വ ധർമ്മവുമെരിച്ച നിലവിളി
നീറ്റും ചുടലപ്പറമ്പായി

അധർമ്മം അധികാരമേറ്റ യോഗിമാർ
സത്യധർമ്മം കെടുത്തിയ
തിന്മേൽ നിത്യം തപസ്സിരിക്കും യമുനാ
മഹാജനപദങ്ങളിൽ!

നാവും മാറും തലയും അറുക്കപ്പെട്ട
പിഞ്ചു ബാല്യങ്ങൾ രോദനം
നെയ്തുതീരാ സ്വപ്നങ്ങൾ എരിച്ചു മൂടും
ആർഷ 'നിർഭയ' ഭാരതം

കൊടും ക്രൂരത പൂത്തട്ടഹസിക്കും
പത്ത് തലകളും
കൈകൾ പതിനായിരവും ആസുരമായ്
മുടിക്കും ദേവ ഭൂമിക

കീഴാള ഹിംസാവർണ്ണവെറി, വിദ്വേഷം
പുരട്ടി മൂർച്ചയേറ്റിയ
കൊടും പാപശരനിരകളാൽ കൊന്നുകൂട്ടും

വാത്മീകി മക്കളുടെ മാനം
നിലയ്ക്കാ നിലവിളി, കണ്ണീരുറവ
സരയൂ ഹൃത്തടം ശോണം
'മാനിഷാദ', ഓങ്കാരമുയർത്താനാവാ
യജ്ഞവിജ്ഞരാം പടുക്കൾ

യമരൂപികളാം ധർമ്മവേഷക്കാർ
മറുവാക്കുകളെ ഞെരിച്ച്
പായും ഹത്രാസ്, ഗുരുഗ്രാമം,
കത്വ, കോസല ദേശങ്ങൾ
സർവ്വഭൂതോപാസകരാം കലിക്കൂട്ടം
നിണച്ചാലൊഴുക്കുമ്പോഴും
ബേഠി ബചാവോ
ബേഠി പഠാവോ.

തന്റേതല്ലാക്കാരണം

ഇന്ദ്രിയങ്ങൾ
നിദ്രകൊള്ളും
നിറഭേദങ്ങളില്ലാ
പ്രണയത്തിൻ നീർച്ചുഴിയിൽ
അകംപുറം
തേടി അവരും
തന്റേതല്ലാക്കാരണം!

1

ഇരുമെയ്യാം
ഒരു മനസ്സിനിളക്കം
മനപ്പൊരുത്ത
പൊരുളറിയാ
പെരുവഴിയിൽ
ഇഴയകലും
മുകാർദ്രയാമങ്ങൾ
തന്റേതല്ലാക്കാരണം!

2

പുതുപ്രേമത്തിൻ
ഉച്ചവെയിൽ

പടവുകളിറങ്ങിയ
തീരത്ത്
ഇഴപാകിയ
സ്നേഹത്തിൻ
കരുതൽ ചേരും
സന്ധ്യയിൽ

3

മൗനവ്രതങ്ങളിൽ
നീളും ദിനവഴികൾ
ഒളിപ്പിച്ച ക്രൗര്യം
കൺകോണിൽ
തീർക്കും ദ്വന്ദ്വയുദ്ധ
മിന്നൽപ്പിണരുകൾ
കലമുരട്ടിയടിച്ചുടച്ച്
നിലവിളക്കെടുത്തെറിഞ്ഞ്
തുടർ പേമാരി
തന്റേതല്ലാക്കാരണം!

4

കുമ്പസാരക്കൂട്ടി
ന്നിടവഴികയറാ
കുടുംബന്യായാസന
വിചാരണയിലവർ
വേർപെടുത്തും
കരാർപ്പുറങ്ങളിലൊരു
ഒത്തുതീർപ്പ്
തന്റേതല്ലാക്കാരണം

5

തേയ്മാനം വന്ന
പ്രണയമൂർച്ച
രാകിമിനുക്കി
കാമത്താൽ
രമിക്കപ്പെട്ട
ദഹിക്കാമനസ്സുകൾ
പുതുമേച്ചിൽപുറം തേടി

അവരുടേതല്ലാ
ക്കാരണംപോൽ

6

കാര്യമായിന്ന്
ചിറകുനുറുങ്ങിയ
അനാഥമാം
ശലഭസ്വപ്നങ്ങളും
നെരിപ്പോടിൻ വേവും
പരിഹാസത്തിൻ
ശരശയ്യയിൽ പിടയും
ആത്മാവിനെ
കഴുവേറ്റുവോരുടെ
കാരണങ്ങൾ.

അഗ്നിയേക്കാൾ

ഉണർന്നിരിക്കുമ്പോഴും
ഉറങ്ങുമ്പോഴും
ഇമയടയ്ക്കാ കൺകളെ
പണ്ട് വിശ്വാസം ചൂഴ്ന്ന്
പലവക ഭാണ്ഡത്തിലാക്കി
കടത്തീ കാശിക്ക്

ചിറകും കൊമ്പും മുളച്ച
സംശയാത്മാക്കൾ
കൈകളിൽ തീക്കുന്നുമായ്
ത്രേതായുഗ പടിയേറി
പരിവാരങ്ങളുമായ്
പന്തൽ കെട്ടി
എഴുന്നള്ളും
പിന്മുറക്കാർ
പുതു പുലരിയിലും
കൺപൂട്ടി വിശ്വാസം

കൊടും കാട്ടിലും
ബാലികേറാ മേട്ടിലും
നിഴലൊട്ടി നില്ക്കാൻ
അഗ്നിസാക്ഷിയായ്
കരം ചേർത്താ
മിഥിലാധിപൻ

കത്തും ആഴിയിൽ
സ്ഫുടം ചെയ്ത
ദേവവതികളാം
പാതിവ്രത്യം
പരദൂഷണ
പാപമുനയിൽ
കൊരുത്താദ്യം
അറുപത്തിനാല്
ഗുണസമ്പന്നനാം
നരോത്തമൻ
അഗ്നിയെ
കെടുത്തിയ
അവിശ്വാസം!
അവന്നുയിർ
ഉദരത്തിലും
പതിഭക്തി പ്രാണനിലും
ഏറ്റുവാങ്ങവേ,
കടും സന്ദേഹ
നിഴലിൽ തളച്ച്
അജ്ഞാതവാസേ
രാജധർമ്മം

ഉള്ളുനീറി
പിടയുമാ
സങ്കടാഗ്നിപുത്രി
കൺസത്യ സ്വരൂപമാം
ദേഹം
ഭൂഹൃദയമേറ്റുവാങ്ങവെ
കാവലായ്
നിത്യ നിദ്രയിലാം
വേദ ദേവ വേദാംഗവിജ്ഞരും.

തട്ടുകട

രാവിൻ മറവിൽ
പൊട്ടിമുളച്ചൊരു
തട്ടുകടയൊന്നിൽ
പേർ ‘സംതൃപ്തി’
വയറ്റിലാളും
അഗ്നികെടുത്താൻ
വിഭവങ്ങളായ്
നിരനീളെ

വയലുകളെല്ലാം
ഉഴുതുമറിച്ച്
നിലമൊന്നുമില്ലാതായ്
നിലയില്ലാ നിലയിലാം
നല്ലൊരു പോത്തിൻ
വംശാവലിയിലൊരു
വിരുതൻ
വിശിഷ്ടാവശിഷ്ടം
ചൂടൻ ബീഫാണിപ്പോൾ
താരം
നാളെ ചൊന്നാൽ
ജീവൻ പോകാം

കടിച്ചുവലിക്കാൻ
എല്ലിൻകുട്

കാരുണ്യത്തിൻ
കരളിൻ ഫ്രൈ
പോട്ടി മീൻസ്,
കുടൽമാല, പതിര്...
നേർബുദ്ധിക്കായ്
തലച്ചോറും
രോമം ഒഴിച്ചാൽ
എല്ലാമമൃത്!

വേദം ഓതീട്ടെന്തേകാര്യം?
തൊഴിലില്ലാതാം
ഉഴവുവർഗ്ഗ
മോചനത്തിനായ്
ഏമാൻ നല്കി
സമ്മതപത്രം
അവയവദാനം
മഹാത്യാഗം!

പ്രകടനം

ചത്താലും ചമഞ്ഞ്
കിടക്കാനായ്
ചൊട്ടയിലേ ശീലം
ചിട്ടയായ്!

നാടോടുംമുമ്പേ നടുവേ
ചൂട്ടുകെടുത്തി
പടയ്ക്ക് പിമ്പേ
തായവും തഞ്ചവും
വരുത്തിയ
നട്ടെല്ലുമായി
നടുക്കണ്ടം തിന്നാൻ
മുമ്പേ

ഒട്ടിച്ച പുഞ്ചിരി
ഒളിപ്പിച്ച കൺതിരി
വെളുപ്പിച്ച
വേഷാദി
പൊലിപ്പിച്ച വായ്ത്താരി
മേമ്പൊടിയായ്
മേനിയിളക്ക്

പെരുമാറ്റ് ഫിറ്റ്നസ്
പ്രകടനമായ് ഉടുത്തൊരുങ്ങ്
അലങ്കാരമത്സ്യ
അച്ചുമാതൃക
'സൂപ്പർ പെർഫോമിൻ'
അവതാരക!

സായാഹ്നം

മറവിതൻ മൈതാനം
പുകമറപോൽ നിഴൽക്കാഴ്ച
ശിഥിലമാം കിനാക്കൾ
മേയും നിഴൽക്കൂത്ത്

മല്ലിടൽ, മല്പിടുത്ത
ജീവിത വിചാരണ
ഏന്തിയും വലിഞ്ഞും
ഏകാന്തനായ്!

അനുതാപ നീറ്റൽ
അടക്കങ്ങളുടെ കത്തൽ
അന്തർ മനസ്സിന് പൊള്ളൽ
അനുതാപമായലിഞ്ഞ്
ചുളിവീണ ഓർമ്മകളിൽ
കരയാതുറഞ്ഞ്
കണ്ണീരുടഞ്ഞ്
കടിഞ്ഞാണയഞ്ഞ്
ഇടറിയും ഇഴഞ്ഞും
എത്തിപ്പിടിക്കാനാവും
തുരുത്തിൽ!

ന്യായാസനം മേടകളിൽ

കൂടുകളിൽ
വാദപ്രതിവാദം
ന്യായാന്യായ മുഖാമുഖം
വിചാരണ,
നവരസ പ്രകടനം

കണ്ണിറുക്കിയടച്ച്
അന്യായക്കളിക്കൂട്ടിൽ
ന്യായ ഹൃദയത്തിൻ
കേൾവീ സ്പന്ദനം
കൂർപ്പിക്കാതങ്ങ്
ന്യായാസനം മേടയിൽ

വാദക്കൂട്ടിൽ ഇര
പൊഴിക്കും കണ്ണീർ
കനലറിയാ കടാക്ഷം
മേടയിൽ
മനക്കണ്ണാടിയിൽ
കണ്ണ് പായ്ക്കാതിരിപ്പ്

സങ്കടക്കടലാഴത്തിൽ
പിടയും വെപ്രാള
ഞരക്കങ്ങളിൽ

മുഖം തിരിച്ച്

മൂകതകൾക്കും
വിതുമ്പലുകൾക്കും മദ്ധ്യേ
ധർമ്മാധർമ്മ വിസ്താര
പിറുപിറുപ്പ് പിന്നിടേ
പക്ഷം മാറാനൊരു
നീണ്ട പക്ഷം

കൃത്യവും പൊരുത്തവും
യാഥാർത്ഥ്യം
കർത്താവിൽ മാത്രം
സന്ദേഹം
സംശയത്തെളിവിൻ
കനത്തിന്മേൽ
പരുന്ത് താഴ്ന്ന്
പറന്നപ്പോൾ
ആനുകൂല്യവും

നീതിയുടെ ആത്മാവിനും
ന്യായത്തിന്റെ കാവല്ക്കാരനും
സ്വസ്തി, നിത്യശാന്തി.

*കണ്ണീർമുടി

വെണ്മേഘ ചന്ദ്രിക
ധ്യാനിച്ചുനില്ക്കുന്ന
മഞ്ഞിൻ തലപ്പാവ്
ചൂടിയ മാമല
ഹരിതലാവണ്യം ഇതൾപ്പീലിയണിയിച്ച
വർണ്ണക്കുടമാറ്റവും ഒഴിഞ്ഞേ പോയ് പകൽ

കർക്കടക രാശിക്കന്ത്യമാം
നടു സന്ധ്യയിൽ
കരിമുകിൽ കടൽ പെയ്ത്ത്
കടപുഴക്കിയാ
തളിർജീവിത താഴ്‌വാരം

മൃത്യുവിൻ വിഷാദ കമ്പളം മൂടിയ
സഹ്യന്റെ മകളാം പെട്ടിമുടി...
മുടിയഴിച്ചിട്ടലറി പൊഴിക്കും
കണ്ണീരല്ല! ഇറ്റിറ്റ് വീഴും ചുടുചോര

ഉരുൾത്താര ഉലച്ചുടച്ചെറിഞ്ഞൊരാ
നീർനോവിൻ തീരത്ത്
ഒത്തുകൂടാനാവാ ചിതറിയ
ജന്മാന്തര സ്നേഹ, സ്വപ്നത്തുണ്ടുകൾ

---

* 2020 ലെ മൂന്നാർ പെട്ടിമുടി ഉരുൾപൊട്ടൽ

മണ്ണിൽ പുതഞ്ഞേ പോയ്...
പച്ചപ്പുനുള്ളി ജീവിതം നീക്കിയ
ദ്രാവിഡ സംസ്കാര സ്വർണ്ണത്തിളക്കങ്ങൾ
കോടമഞ്ഞുറയും തണുപ്പത്ത് ഇരുൾമൂടിയ
ചേറിലാണ്ട് പിടയും
കമ്പിളി പുതച്ച ജീവിതത്തുടിപ്പുകൾ
ഉടഞ്ഞു ചിതറിയ
നെടുവീർപ്പിൻ കുമിളകൾ

നാല് ലയത്തിലെ ഏഴു പേരല്ലവർ
ജന്മാന്തരങ്ങളിലെ
സ്നേഹ തുരുത്തുകൾ...
സുവർണ്ണപ്പടിയേറും സമ്പാദ്യങ്ങൾ
ലക്ഷ്മിയും മുരുകനും മണികണ്ഠനും
മയിൽസ്വാമി, മുരുകേശ്വരി,
ശിവരഞ്ജിനി, കൃഷ്ണപ്രിയ അവർ
വരപ്രസാദമണഞ്ഞ
നോവോർമ്മകളെരിയും
ചോലമലദൈവങ്ങൾ!

കൂടപ്പിറപ്പല്ല കുഞ്ഞു ധനുഷ്കയ്ക്ക് 'കുവി*'
വേർപിരിയാ സ്നേഹ
പൂനിലാമണം കണ്ടെത്തി
എട്ടാം ദിനം
മരക്കൊമ്പിലെ തണുത്ത
തളിരിളം കൈകൾ
കൂട്ടി ചേർത്തവൻ, നന്ദി മൃഗമല്ല,
സ്നേഹത്താരാട്ടിൻ സാന്ത്വനം

കുഞ്ഞുകഥകൾ കേട്ടുറങ്ങിയാ ഉദരത്തിൽ
നാളെ പിറക്കേണ്ട രാജകുമാരനും
വാത്സല്യപ്പാൽ നുണഞ്ഞു നുണഞ്ഞു മതിവരാ
മാറോടണഞ്ഞുറങ്ങും പൈതങ്ങളും
അമ്മമാരവർ കസ്തൂരി,
മുത്തുലക്ഷ്മി
ചേറിൽ ചേതനയറ്റുപോയ്
തിരയും യന്ത്രക്കൈകളും വിറയ്ക്കുന്നു

---

* മരിച്ച ധനുഷ്ക എന്ന കുട്ടിയുടെകൂടെ എപ്പോഴുമുണ്ടായിരുന്ന നായ

മഹാവ്യാധി അടുത്തുകൂട്ടിയാ
പത്തൊൻപത് ബാല്യകൗമാരങ്ങളും
കനിവറ്റ കാണാക്കയത്തിൽ
"അന്ത മണ്ണുക്ക് കീളേ നാൻപെറ്റ പുള്ളൈകൾ കിടക്കത്,"
പെട്ടിമുടി മുത്തശ്ശി, കറുപ്പായ്
വിലാപം പൊള്ളും മലമനസ്സിൻ ഞരക്കം
വിയർപ്പിറ്റിച്ചു വിളയിച്ച
മണ്ണിലേക്കവരുടെ മടക്കയാത്ര...
പഴന്തുണിയിൽ പൊതിഞ്ഞ മോഹങ്ങളും
മിഴിവാർക്കാനാവാതെ നോവിൻ
കടലിരമ്പം നിശ്ചലതയിലുറഞ്ഞ്...

അവരിനിയും പൂക്കളായ് പിറക്കാതിരിക്കില്ല
മലഞ്ചെരുവിൽ
ഉദ്യാനമായി പടരാതിരിക്കില്ല
കണ്ണീരോർമ്മകളെ മഞ്ഞിൻകുളിർ
തഴുകാതിരിക്കില്ല.

*ആഷിക് ഒരോർമ്മ

എല്ലാറ്റിനുമൊരു
തീർച്ചയുള്ളവൻ
എതിർവായടപ്പിച്ച്
പറഞ്ഞുകൊണ്ടേയിരുന്നവൻ

നെയ്തുകൂട്ടിയ
സ്വപ്നങ്ങൾക്കൊരു ചുവരും
അതിൻ ഭാവനയ്ക്കൊരതിരും
ഉണ്ടെന്ന് ധരിച്ചവൻ

മനസ്സിൻ തടവറ
ഭേദിച്ചുയരും
മധുരമോഹങ്ങളെ
ചെറുചിരിയിലൊളിപ്പിച്ചവൻ

വാത്സ്യല്യം തൂവും
സ്നേഹതീരങ്ങൾക്ക്
പിടികൊടുക്കാതെ
ഓടിപ്പോയവൻ

ചിണുങ്ങിയും കൊഞ്ചിയും
കരഞ്ഞും കുറുമ്പുകാട്ടി നീ

---

* സുഹൃത്തിന്റെ മകന്റെ മരണ–സ്മരണ.

വേർപെട്ടുപോയ
പൊക്കിൾക്കൊടി ബന്ധം
വരിഞ്ഞുമുറുക്കാൻ ശ്രമിച്ചവൻ
നിൻ മിഴിക്കുള്ളിൽ മറച്ചു
നിറമാർന്ന പ്രതീക്ഷാവർണ്ണങ്ങൾ
കരുതലിൻ കനിവുകൊണ്ട്
നിറയ്ക്കവേ നീ,
ചിറകടിച്ചു പറന്നേ പോയ്

നിൻ മനസ്സിൻ
പിടച്ചിൽ ഏറ്റുവാങ്ങും
വേദനയുടെ
പൊരിവെയിലിൽ എരിയും
ഹൃദയങ്ങളെത്ര?

ആർക്കും പിടികൊടുക്കാത്ത
നിനക്കായ് ഒരുക്കിയ
ഋതുക്കുടങ്ങളെത്ര?
എറിഞ്ഞുടച്ച് കാലയവനിക
സ്വയം നീ പുതച്ചു

എല്ലാറ്റിനും നീ കല്പിച്ചു
സ്വയം എഴുതിയ
മുൻവിധികൾ
കളത്തിനപ്പുറമൊരു
വൻ മൈതാനമെന്തേ
കണ്ടില്ല
നിൻ സ്നേഹവലയങ്ങൾ
പൊട്ടിച്ചെറിഞ്ഞതെന്തേ

ഇരു കാഴ്ചകൾക്കുമിടെ
കാണാതെ പോയത്
നീയോ ഞങ്ങളോ
ആ നിശ്ശബ്ദതയിലും
നിൻചിരി
തരും അർത്ഥങ്ങൾ അനന്തം.

വേവുകാലം

അദൃശ്യമാം ജൈവമാത്രായുധം
മരണക്കൊയ്ത്തിന് രുദ്രഭാവമായ്
അനന്തഗോളാന്തര വഴിയേ
ജന്മജാതകവും നിഗ്രഹശാസ്ത്രവും
തിരഞ്ഞ്, തലയെരിച്ച് ലോകം

വ്യാധി മാരിച്ചുഴിയിലാഴ്ത്തിയ
മൃതരുടെ ചുടലപ്പറമ്പ് ഗണങ്ങളിൽ
ഉയർത്തെഴുന്നേല്ക്കാ
കനവുകളുറഞ്ഞ ചാമ്പൽക്കൂനകൾ

ഏഴ് തീർത്ഥമൊഴുക്കി
തിലോദകാഭിഷേക
തർപ്പണങ്ങളൊഴിഞ്ഞ്,
കുരിശും കുടയും കൊന്തയും
കൊണ്ടെഴുന്നള്ളത്തുടഞ്ഞ്,
പേടകം പേറും മൗന
വിലാപയാത്രയുറഞ്ഞ്,
മരിപ്പിൻ സംസ്കാര
ചിഹ്നങ്ങളുടഞ്ഞ ശ്മശാനപ്പറമ്പിൽ
ജീവന്റെ വിലാകവചങ്ങൾ
പാപമോക്ഷ കർമ്മവിലാപങ്ങൾ
ഘനീഭൂതമാകും മണ്ണാഴങ്ങളിൽ

ചാവുപേടിയിൽ അടക്കപ്പെട്ട
മന്ത്രങ്ങൾ അണുവരിക്കും
നിശ്ചലതയിൽ ദൈവദൂതന്മാർ
ഒഴിയാമാരി ഭയം ചൂഴും
തഴുതിട്ട് ആൾദൈവങ്ങൾ
അകംപൊള്ളും
കരൾ പിളരും കാലത്തിൻ
അഴിമുഖം!

പൊളിച്ചെഴുത്തിനു പാകമാകാനിയമങ്ങൾ
ഉദിക്കും വേവുകാലപ്രഭാതം
പാഠ്യഭാഗമാകാ പദാവലികൾ
വേഗമറിയാ പാദചലനങ്ങൾ
പുനർ നിർവ്വചനയാത്രയിൽ തുന്നും
ചേരാ കുപ്പായങ്ങൾ

നാലാളറിയും ഒളിവുവാസം
സ്വപ്രാണനായ്മുഖംമൂടിയിൽ
പണ്ട് ഓടി ഒളിച്ചവരും
കൊടുക്കൽ വാങ്ങൽ
കൈകൾ കഴുകി
മുഖം പാതി മറച്ചാലും
കണ്ണിൽ തിളങ്ങും
ഒളിക്കാത്ത സാക്ഷ്യം.

കൈമാറ്റം

പൊക്കിൾക്കൊടി
അടർത്തിമാറ്റി
കൈമാറി
മുത്തശ്ശിക്കൈകളിൽ

പിച്ചവയ്ക്കും
കുഞ്ഞിക്കാൽ കൺകണ്ട്
മതിയാവാ ചുളിവുവീണ
കൈകളിലേല്പിച്ച്
യാത്രയായ് അമ്മമ്മ
പൊന്നനുജന്
അതിഥിയായെത്തി
അമ്മയയച്ചുമെല്ലെ
അവൾതൻ കരങ്ങൾ

കിനാവുകാണും
മധുരകാലത്തച്ഛൻ
പ്രേമക്കൈകൾ തട്ടിമാറ്റി
കൈമാറി
കണക്കറ്റ കൈക്കാണം ചേർത്ത്

കരിക്കറ പുരണ്ട
ഇരുൾദിനങ്ങളിലേക്കൊരു

പടികയറ്റവും
ആചാരക്കയറാലൊരു
വരിഞ്ഞുകെട്ടും
അധികാര മേൽക്കൈ തീർത്ത
അരുതുകളും അതിരുകളും

മനസ്സിൻ കരച്ചിൽ
കേൾക്കാ
വിളിപ്പുറത്തെത്താ
ദൈവക്കൈകളും.

ലയാലയം

നാലുകെട്ടല്ല, മൺകൂനയിൽ കാട്ടുകൽ
നാല് പാളികൾ പാകിയടുക്കി
പടിപ്പുരയും നടുമുറ്റങ്ങളുമില്ലാ
പടിയടർന്ന ജീവിതത്തറ

കുല, ഗോത്ര കുടുംബങ്ങൾ പൂക്കുന്നതും
പട്ടുപോം വരെ പാർക്കുന്നതു മീ
ചായ്പ്പിൽ, 'കടവുളൈ'യെന്നുരിയാടാ
കണ്ണകി കോവിൽ ഉള്ളിലൊതുക്കും

മണ്ണിന്നാധാരമില്ലാ കാൽച്ചുവടുകൾ
പറിച്ചുനട്ട കുടിനിരാധർ
സഹ്യമല ചുരം വലംവച്ചെത്തി
പാണ്ഡ്യദാസരാം ദ്രാവിഡ മക്കൾ

നാടിന്നുണർവ്വിന് ഉയിർ ഉൺമെയ്യുമായ്
പണപ്പത്തായം പച്ചപ്പാക്കാനും
കോച്ചിവിറയ്ക്കും രാപ്പകൽ നീളെ
നാമ്പുനുള്ളും കൂമ്പടഞ്ഞ കൈകൾ

വിഷാദത്തിൻകോടക്കാർ നിത്യം തിങ്ങിവിങ്ങും
മനസ്സിൻ കണ്ണിൽ കടലാഴത്തിൽ
മുങ്ങിയുടഞ്ഞ ജന്മാന്തരസ്വപ്ന
വേലിയേറ്റത്തിര മഞ്ഞുമലകളിൽ
പനിച്ചു തുള്ളി പുതച്ചുമൂടി നിത്യ
പട്ടിണിപ്പടിയിലിഴഞ്ഞങ്ങ്
കീറപ്പായയിൽ തളർന്നുറങ്ങിലും
പട്ടടപ്പടികടന്നേ വിശ്രമം.

പ്രണയം

കണ്ണും കാതുമില്ലാ
മൗനത്തിൻപിറവിയിൽ
വളരും പ്രണയം
അഴകിൻ നിഴലിൽ
അഴലിൻ ചുഴിയിൽ
....

പറഞ്ഞും പാടിയും
നീന്തിയും നിവർന്നും
പ്രേമസമാധിയായും
തേയ്മാനം വന്നുവന്ന്
ഇരുതലായുധമാം
അനുരാഗമരീചികയിലിന്നും
....
വിട്ടുവീഴ്ചാവഴികളിൽ
പൂക്കും പ്രണയം,
വീഴ്ച വിടുമ്പോളുടയും
പിരിയും ഇരുവഴി.

പ്രണയനിഴൽ

പ്രണയത്തിലേക്കൊരു
നിഴൽ
പിന്നെ പാലമായ് വളർത്തി
അറച്ചുനിന്നയെന്നെ
കൈപിടിച്ച്
ഇടയ്ക്കല്പം കാലിടറിയും
നടന്നും നീങ്ങും
മുമ്പേ നീയും ഞാനുമായ്
കൈയയച്ചുമെല്ലെ
ഭാരമേറും
മദ്ധ്യാഹ്നത്തിൽ
നീ അകന്നക്കരെ
വിശ്വാസം നേർത്ത
നൂൽപ്പാലമായൊടുവിൽ
പൊട്ടിവീണ
ബലിക്കല്ലിൽ
തട്ടിയുടഞ്ഞുയർന്നു
ഒരാത്മാവ് മാത്രം!

പ്രണയമെല്ലാം
എടുത്തവനെത്തേടി
കാത്തിരിപ്പതെത്രനാൾ?

അദ്ധ്വാന മിച്ചം

ഇരുഹൃദയങ്ങളിൽ
മുളപൊട്ടും
സ്നേഹത്തിൻ
തുടിപ്പുകൾ

വളർന്ന്
വടവൃക്ഷമാവും മുമ്പേ
അദ്ധ്വാനമിച്ചം
വീതംവെപ്പിനായ്, കലഹം
വിരഹം, പുലഭ്യം
തേന്മൊഴി
തീമാരിയായ്
അമാവാസി തീണ്ടും
നിലാവുപോൽ
നിഴൽനിമിഷങ്ങൾ
കൂട്ടിയും കിഴിച്ചും
സമമാവാ
പ്രേമഗണിതം.

ഉടുത്തൊരുങ്ങൽ

ഉടുത്തൊരുങ്ങും
പ്രണയത്തിൻ
കുടനിവർത്തി
ഭാവിഭദ്രതാഭാവ
പ്പകർച്ചമേൽ കുടിയേറ്റം

പ്രേമനാടക
ച്ചുണ്ടയിൽക്കൊരുത്ത്
ചുഴിക്കുത്തിലേക്ക്
കൈപിടിച്ച്
കയറ്റിറക്കങ്ങളിലൂടെ

വിഷാദവിതുമ്പൽ
വിലാപമായുയരും
ഇടയരാഗം
കാനനച്ചോല വിട്ട്
നാട്ടിടവഴികളിലാകെ
കുടിയിറക്കം
മറ്റൊരു കൂട്ടിനായ്...

ലാഭക്കൊയ്ത്ത്

അനവധിയാം
ചക്കവീഴ്ത്തി
മുയൽ ഗണത്തെയാകെ
കൊന്നൊടുക്കും
വിദ്യക്കുമുമ്പേ

വല്ലകാലത്തും
ഒരു ചക്ക വീണ്
ഒരു മുയൽ മാത്രം...

അതിൻ തെളിവ്
തേടിയലഞ്ഞിപ്പോഴും
മുതൽ മുടക്കിൻ
കൈയടക്കം
ഇല്ലാത്ത കാലം...
....
ഒരു വെടിക്ക്
രണ്ടുപക്ഷിപോലുമില്ലെന്ന
നഷ്ടക്കളി
വെടിയൊച്ചയില്ലാതെ,
ഇര വലയിലെത്തും

വിദ്യക്കു തന്നെ
പ്രചാരം
കൈനനയാതുള്ള
മീൻപിടിത്ത
പൊടിക്കൈക്കും.

അച്ഛൻ

അസാദ്ധ്യമാകിലും
തനിക്കാവാ കാര്യങ്ങൾ
ചുമലേറ്റാൻ
ഭാരത്തിനപ്പുറം,
പറന്നെത്താ
ദൂരത്തിനപ്പുറം,
ചെന്നെത്താ
കാതത്തിനപ്പുറം,
ഉപദേശമാദ്യം
പിന്നെ,
സാമം, ഭേദം, ദണ്ഡം
ഒടുവിൽ
കല്ലെടുക്കാ തുമ്പിക്ക്
ശാപശകാരവർഷം
'നന്നാവില്ലൊരു കാലവും നീ'

സ്നേഹം ഒളിപ്പിച്ച്
മോഹം കടുപ്പിച്ച്
അഭിമാനം വെളുപ്പിച്ച്
സങ്കട ശകാരമങ്ങനെ...

സ്വപ്നക്കുന്ന്

ചിന്തിച്ച് ചിന്തിച്ച്
കുന്നോളം കൂട്ടി
കൊടുമുടിയായതിൽ
കൂടൊന്നു കൂട്ടി
ചിറകേറി മനം
വരുതിയിലാകാ പട്ടമായ്
കൈവിട്ട് പോം
കാണാക്കയ യാത്രയും
കാഴ്ചയും

ബോധിച്ചുവടൊരു
ബോധനമറ്റ മരുപ്പറമ്പ്
ഉറഞ്ഞമൗനം ചൂഴും
അപാരത
പട്ടുപോം ശാഖിയിൽ
പ്രവാചക പ്രവരർതൻ
ജീർണ്ണമാം പഞ്ജരങ്ങൾ!
കാമ്പും കഴമ്പും തിന്നുചീർത്ത
കർമ്മനിരതരാം
ചിതലുകൾ മറുകൊമ്പിലും
മേഘനിഴലിൽ
ഒളിപുകിയ
നിലാപ്പെണ്ണിൻ

നാണം കവരും
ഇളംകാറ്റ്

അനാഥത്വത്തിൻ
കൊടും മരുഭൂവിൽ
പ്രണയത്തിൻ വിചാരണാ
വഴികളിൽ
കൂടുതേടിയലയും
വിരഹമാം ജന്മങ്ങൾ
നെടുവീർപ്പിൻ
നിമിഷാർത്ഥങ്ങളെണ്ണി
വേച്ചും വിറച്ചും
ഓർമ്മകളിലൂടെ ചുരംയാത്ര,
സ്മരണകളുരുകി
കുതിച്ചുപായും
പ്രവാഹത്തിൻ
യാത്രാന്ത്യേ,
ഘനീഭൂതമാം
സ്വപ്നക്കുന്ന്
കണ്ണീർപൊഴിച്ച്
പുകയാറുണ്ട്
ഉള്ളറയിൽ കത്തും
പാതിപ്രാണൻപോയാ
ചിത്തഭ്രമശേഷിപ്പിൻ
തിരിനാളങ്ങൾ!

അവസരക്കൊയ്ത്ത്

സാദ്ധ്യതാ കരുക്കളും
സാദ്ധ്യമാം കൗശലങ്ങളും
അസാദ്ധ്യമില്ലെന്ന തലയെടുപ്പും
കയറിയിറങ്ങി കളികളും
കരുത്തായൊത്തു ചേരുംകല

ഉള്ളു തട്ടിയുലയാ
ഉടുത്തൊരുങ്ങ്
പാകപ്പെടുത്തീ
മനസ്സിൻ ചിരി
പതിച്ച പതുങ്ങൽ, വിനയം

മടിയിൽ കനമില്ലാതിറങ്ങൽ
മടിനിറയാതെ കയറില്ലെന്ന ദാർഢ്യം
വഴിയിൽ വീണ്
കാല്ച്ചുവട്ടിലെത്തും
നാളികേരം
തൊട്ടരികിലെ
ഗണേശന്.

നിയമകാലവിധി

കറുത്ത ഗൗൺ
വിട്ടൊഴിഞ്ഞ്
മാന്യദേഹം
വെള്ളപുതച്ച്

തലനാരിഴ കീറിയ
നിയമ വ്യാഘ്രൻ
ന്യായാസനം വിട്ട്
കാലവിധിയാൽ
നിശ്ചലനായിട്ടും
ഒരീച്ചപോലും
അടുക്കുന്നില്ലത്രെ

നിയമജ്ഞാന പടു
പാരംഗതൻ പുലി
വിധികല്പനയാൽ
കാലപുരിക്കയച്ച
ഗണങ്ങളെത്രയന്ന്
അടക്കം പറച്ചിൽ

"തെരുവിലനവധി
പെറ്റുപെരുകി
അതിലൊരു വിരുതൻ

ഇരുട്ടിൻ മറവിൽ
ഇടനാഴിയിലൂടെത്തി
ഒറ്റക്കുത്തായിരുന്നു പോലും
പാഞ്ഞൊരു പോക്കും"
മനഃപൂർവ്വമല്ലാ
നരഹത്യ മാത്രമെന്ന്
സിറ്റിങ് പണ്ഡിതർ

കൊതുക് പനി
കൊണ്ടുപോയത്
സർവ്വ പൂജിതനാം
നിയമ നിപുണനെയെന്ന്
അനുശോചന
പ്രവാഹം.

അനുബന്ധം

കാലം ആവശ്യപ്പെടുന്ന കവിത

ഡോ. ഡൊമിനിക് ജെ കാട്ടൂർ

രാജീവ് കവിതയെഴുതുമ്പോൾ ഒരുകാര്യത്തിലും അനുരഞ്ജനമില്ല. ഭാഷയോടും സംസ്കാരത്തോടും ആദരവും ആത്മബന്ധവും നിലനിർത്തിക്കൊണ്ടാണ് രചന. പക്ഷേ, ഒരിടത്തും തന്റെ കാഴ്ചപ്പാടിൽനിന്നോ ആദർശങ്ങളിൽനിന്നോ വ്യതിചലിക്കാൻ അദ്ദേഹം തയ്യാറല്ല. മനുഷ്യത്വം നഷ്ടമാകുന്ന ഇടങ്ങളും കപടലോകത്തിന്റെ വിധ്വംസക പ്രവൃത്തികളും രാജീവിന്റെ കവിതയിൽ വിമർശനത്തിന് വിധേയമാകുന്നുണ്ട്. അവയൊക്കെ പരിഹരിക്കുകയും നവചിന്തകൾകൊണ്ട് ലോകത്തെ പുതുക്കി പണിയുകയും വേണമെന്ന് കവിക്ക് ആഗ്രഹമുണ്ട്. അതുകൊണ്ടുതന്നെ രാജീവിന്റെ ഓരോ കവിതയും വായനക്കാരനുമായി ചിന്താപരമായ സംവാദത്തിലേർപ്പെടുന്നു.

ലോകം നേരിടുന്ന എക്കാലത്തെയും വലിയ പ്രതിസന്ധികൾ മാനവികതയുടെ തകർച്ചയും അവകാശങ്ങളുടെ നിഷേധവുമാണ്. അപമാനവീകരണത്തിന്റെ അസുരരൂപങ്ങൾ എന്നും നമുക്കുമുമ്പിൽ ഉറഞ്ഞുതുള്ളുന്നുണ്ട്. പലരൂപത്തിലും പലവേഷത്തിലും പലതരത്തിലുമുള്ള അധികാരവാഴ്ചകളിലൂടെ വ്യക്തിസ്വാതന്ത്ര്യത്തെയും ജീവിക്കാനുള്ള അവകാശങ്ങളെയും കവർന്നെടുക്കുന്ന ഇന്നത്തെ സാഹചര്യത്തിൽ തന്റെ കവിതകളുമായി രാജീവ് ഉണർന്നിരിക്കുന്നു. അക്ഷരങ്ങളാകുന്ന നശിക്കാത്ത ആയുധങ്ങളുമായി യുദ്ധത്തിന് തയ്യാറെടുക്കുന്നു. തനിക്ക് പ്രതിലോമശക്തികളോട് പൂർണ്ണാർത്ഥത്തിൽ യുദ്ധംചെയ്ത് ജയിക്കാൻ കഴിവില്ല എന്ന തിരിച്ചറിവ് അദ്ദേഹത്തിനുണ്ട്. പക്ഷേ, തന്നിൽ ഏല്പിക്കപ്പെട്ട ഉത്തരവാദിത്വത്തിൽനിന്നും പിൻവലിയാതെ ശക്തമായ പ്രതികരണത്തിന്റെ പടക്കോപ്പുകളായി അദ്ദേഹം എന്നും കവിതയെ പരിവർത്തിപ്പിക്കുന്നു.

ദൃഢതയേറിയ ഭാഷ

എളുപ്പം പൊട്ടിച്ചെറിയാവുന്ന പുറന്തോടല്ല ഈ കവിതകൾക്ക്! ഭാഷയിൽ ബോധപൂർവ്വം ദുർഗ്രഹത സൃഷ്ടിക്കാൻ കവിക്ക് ഉദ്ദേശ്യവുമില്ല. എന്നാൽ ചില ഘട്ടങ്ങളിൽ സാധാരണമായ ആസ്വാദനത്തിനപ്പുറം വാക്കുകളുടെ വഴികൾ തിരിഞ്ഞുമറിയുകയും സ്വാഭാവികമായ അർത്ഥ വിനിമയം തടസ്സപ്പെടുകയും ചെയ്യുന്നു. 'ഒളിവിലും തെളിവ്' എന്നൊരു കവിതയുണ്ട് ഈ സമാഹാരത്തിൽ. ഒളിച്ചിരിക്കുന്നതിൽ തെളിവന്വേഷി ക്കുന്ന ഈ തന്ത്രം, കവിയുടേതിനേക്കാൾ ഒരു പത്രപ്രവർത്തകന്റേതാ കണം. പക്ഷേ, ഭാഷയുടെ ക്രമവും ഭാവമണ്ഡലത്തെ പൊട്ടിപ്പോകാതെ നിലനിർത്തുന്ന ചരടും രാജീവിൽ നിറഞ്ഞുനില്ക്കുന്ന കവിത്വത്തെ വിളംബരം ചെയ്യുന്നു.

കണ്ണീർക്കണത്തിന്റെ ആഴങ്ങളിൽ നിന്ന് ദുഃഖത്തിരയടിച്ച് ചിതറിയ സ്വപ്നങ്ങളുടെ പുരാവസ്തുക്കളും നീർക്കുമിളയുടെ ഉള്ളറയിൽ കരക വർന്നെടുത്ത് വിധവയായിത്തീർന്ന പുഴയുടെ കണ്ണീർവറ്റിയ തേങ്ങലും ദീർഘനിശ്വാസ ഉണർച്ചയിൽ ജന്മാന്തരകർമ്മങ്ങളുടെ അവസാനിക്കാത്ത കണക്കെടുപ്പിന്റെ കൊടുങ്കാറ്റും കവി കാണുന്നു. സ്വാഭാവികമായ ഭാഷാവിനിമയത്തിന്റെ താളം ഇവിടെ അട്ടിമറിക്കപ്പെടുന്നു. ഭാഷയിൽ ഒരുശീർഷാസന കർമ്മം നിർവ്വഹിക്കുകയാണദ്ദേഹം. പ്രത്യക്ഷത്തിലു ള്ളതിനെ തിരിഞ്ഞുനിന്ന് വീക്ഷിച്ച് പുതിയൊരു ആകാശമാർഗ്ഗം കാട്ടിത്തരികയാണ് കവി! അദ്ദേഹം തുടരുന്നു:

"ഒരുശബ്ദ കണികയിൽ
പ്രപഞ്ച പരിണാമത്തിൽ സ്പന്ദനം
കേൾക്കാനാവാ
ഒരുകരിന്തിരി!
മിഴിനാള ചിമ്മലിൽ
ചിറകുകരിഞ്ഞ
നൽപ്പകലുകളുടെ
ഗണിതപഞ്ചാംഗ
ഇടക്കള്ളികളിൽ
നീറ്റും നിലവിളി
ചിതൽമൂടി"

കരിന്തിരിയുടെ മിഴിനാളച്ചിമ്മൽ, പകലുകളുടെ (ചിറകുകരിഞ്ഞവ) ഇടക്കള്ളികളിൽ നീറ്റും നിലവിളികളാകട്ടെ ചിതൽ മൂടിപ്പോയിരിക്കുന്നു. ഭാഷയെ തിരിച്ചിട്ടുകൊണ്ട് വലിപ്പമേറിയ ദൃശ്യങ്ങളിൽ എന്നും

സൂക്ഷ്മാർത്ഥങ്ങളെ പുറത്തുകൊണ്ടുവരുന്ന ഈ ടെക്നിക് തന്റെ മിക്കകവിതകളിലും രാജീവ് സ്വീകരിക്കുന്നതുകാണാം. ഭാഷയ്ക്കുള്ളിൽ നടത്തുന്ന ഈ പരീക്ഷണം (അറിഞ്ഞോ അറിയാതെയോ) കവിതയുടെ വായനക്കാരെ മറ്റൊരു വഴിയിലൂടെ നടന്നുപോകാൻ പ്രേരിപ്പിക്കുന്നു. സൂക്ഷ്മത്തിൽ സൂക്ഷ്മത്തെ ഒളിപ്പിക്കുന്ന കവിതന്ത്രം. അതിനായി ഒരുക്കിയെടുക്കുന്ന ഭാഷയുടെ നിറക്കൂട്ടുകൾ!

വേവുകാലങ്ങളുടെ തീക്ഷ്ണ ചിത്രങ്ങൾ

മഹാമാരിയുടെ കാലവും ആൾദൈവങ്ങളുടെ 'അകംപൊള്ളയായ' പ്രഘോഷണങ്ങളും മതങ്ങളുടെ പൊറാട്ടുവേഴ്ചകളും ഗൂഢഭാഷയിൽ വിശകലനം ചെയ്യുന്ന കവിതയാണ് 'വേവുകാലം.'സുതാര്യവും ലളിതവുമായ ഭാഷയല്ല ഈ വിഷയം കൈകാര്യം ചെയ്യാൻ വേണ്ടതെന്ന് കവിക്കറിയാം. അദൃശ്യമായ ജൈവമാത്രായുധം മരണക്കൊയ്ത്തിന്റെ രുദ്രഭാവമാകുന്നതും അനന്തഗോളാന്തര വഴിയിൽ ജന്മജാതകവും നിഗ്രഹശാസ്ത്രവും തെരയുന്ന ലോകവും ചിത്രീകരിക്കുന്നത് എളുപ്പം വഴങ്ങുന്ന ഭാഷയിലല്ല.

ലോകത്തെ ഞെരുക്കുന്ന കാലത്തിന്റെ നേർച്ചിത്രം വരച്ചിടുന്ന കവിയെ *വേവുകാലം* എന്ന കവിതയിൽ കാണാം. ലോകത്തിന് ഉത്തരം കിട്ടാത്ത ഭീതിദമായ ചോദ്യങ്ങൾ ഈ കാലം ഉയർത്തുന്നു. അതിനു മുമ്പിൽ തീർത്ഥങ്ങളും തിലോദകങ്ങളും കൊന്തയും കുരിശും പേടകവും പരാജയപ്പെട്ടു. ആരാലും അറിയാതെ മണ്ണാഴങ്ങളിൽ അത് മനുഷ്യനെ നിക്ഷേപിക്കുന്നു. മന്ത്രങ്ങളും ദൈവ ദൂതന്മാരും ആൾദൈവങ്ങളും അന്യം നിന്നു. അഭയം കൊടുക്കുമെന്ന് പ്രഖ്യാപിച്ചവർ ഒളിച്ചോടി കഴിഞ്ഞിരിക്കുന്നു. "പൊളിച്ചെഴുത്തിൽ പാകമാകാത്ത നിയമങ്ങൾ ഉദിക്കുന്ന വേവുകാല പ്രഭാത"ങ്ങളെ മുഖാമുഖം കാണാൻ നിയോഗിക്കപ്പെടുന്ന കാലം.

"പാഠ്യഭാഗമാകാ പദാവലികൾ
വേഗമറിയാ പാദചലനങ്ങൾ
പുനർ നിർവ്വചന യാത്രയിൽ ഇന്നും
ചേരാ കുപ്പായങ്ങൾ"

ആളറിഞ്ഞുള്ള ഒളിവുവാസക്കാലത്തും അകന്ന് മാറിയവരുടെ കണ്ണിൽ തിളങ്ങുന്ന നേർ സാക്ഷ്യങ്ങൾ പിന്തുടരുന്ന കാലം. മഹാമാരി ഏല്പിച്ച ആഘാതങ്ങളെ അടുത്തറിഞ്ഞ് മതങ്ങളെയും വ്യവസ്ഥക ളെയും വിചാരണയ്ക്കുവിധേയമാക്കിയും ആൾദൈവങ്ങളുടെ മുഖംമൂടി

കൾ വലിച്ചഴിച്ചും നടത്തുന്ന പ്രതികരണങ്ങൾക്ക് നിഷേധത്തിന്റെ മുൾമുനയുള്ള ഭാഷയുണ്ട്, രാജീവിന്!

"ചാവുപേടിയിൽ അടക്കപ്പെട്ട
മന്ത്രങ്ങൾ അണുവരിക്കും
നിർമ്മലതയിൽ ദൈവദൂതന്മാർ
ഒഴിയാമാരി ഭയം ചൂഴും
തഴുതിട്ട് ആൾദൈവങ്ങൾ
അകം പൊള്ളും
കരൾ പിളരും കയത്തിൻ
അഴിമുഖം."

മലയാള കവിത ആധുനികാനന്തര കാലത്ത് കാവ്യഭാഷയിൽ കൈക്കൊണ്ട സ്വത്വ പ്രഖ്യാപനം രാജീവിന്റെ കവിതകളിൽ മുഴങ്ങുന്നുണ്ട്. ബിംബാധിഷ്ഠിത കാവ്യഭാഷയെ പിന്തള്ളി കവിതയിൽ വ്യവസ്ഥകളുടെ ആഢംബരങ്ങളെ (ജീവിതത്തിലെന്നപോലെ)നിഷേധിക്കാനുള്ള ശ്രമമാണ് രാജീവ് നടത്തുന്നത്.

"നാലാളറിയും ഒളിവാസം
സ്വപ്രാണനായ് മുഖംമൂടിയിൽ
പണ്ട് ഓടി ഒളിച്ചവരും
കൊടുക്കൽ വാങ്ങൽ
കൈകൾ കഴുകി!
മുഖം പാതി മറച്ചും
കണ്ണിൽ തിളങ്ങും
ഒളിക്കാത്ത സാക്ഷ്യം
രാപ്പകൽ സത്യം."

ഈ വേവുകാലത്തിന്റെ നൊമ്പരങ്ങൾ ആഴത്തിൽ അടയാളപ്പെടുത്തുന്നവയാണ് ഈ സമാഹാരത്തിലെ ഓരോ കവിതയും എന്ന് പറയാം. പ്രലോഭന വലയങ്ങളാൽ ബന്ധിതനാക്കപ്പെട്ട് സ്വയം സാക്ഷ്യ വിചാരണയ്ക്ക് വിധേയമാകുന്ന 'ഒരു സാക്ഷ്യവിചാരണ' എന്ന കവിതയിൽ വേവുകാലത്തിന്റെ നേർ ചിത്രങ്ങളുണ്ട്.

"ഓർമ്മകളുടെ ഉലയാനാളം
തപിച്ചുമറിഞ്ഞുയരും

നെടുവീർപ്പിൻ ഉഷ്ണക്കാറ്റായ” ചിലകാലങ്ങളിൽ അത് പ്രത്യക്ഷപ്പെടുന്നു.

വിരുദ്ധ സ്വഭാവമുള്ള ചിത്രങ്ങൾ ചേർത്തുവച്ച് അതിന് പുതിയ അർത്ഥങ്ങൾ വിനിമയം ചെയ്യുന്ന രീതിയാണ് സിനിമയിലെ മൊണ്ടാഷ്. വ്യത്യസ്തമെന്ന് തോന്നുന്ന വാക്കുകൾ ചേർത്തുവച്ച് പുതിയ അർത്ഥതലങ്ങൾ നിർമ്മിച്ചെടുക്കുന്ന ചലച്ചിത്രകാരന്റെ ഭാഷ ചിലഘട്ടങ്ങളിൽ രാജീവ് ഉപയോഗിക്കുന്നതുകാണാം.

‘മറവിതൻ മൈതാനം
പുകമറപോൽ നിഴൽക്കാഴ്ച
ശിഥിലമാം കിനാക്കൾ
മേയും നിഴൽക്കൂത്ത്’

എന്ന രീതിയിൽ പൊരുത്തമില്ലാത്ത ചില ചിത്രങ്ങൾ ചേർത്തുവച്ച് സായാഹ്നത്തിന്റെ വ്യത്യസ്തമായ ഒരു ചലനദൃശ്യം വാക്കുകൾകൊണ്ട് നിർമ്മിച്ചെടുക്കുന്നു കവി.

ഈ ദൃശ്യബിംബങ്ങൾ ഒന്നുചേരുമ്പോൾ രൂപംകൊള്ളുന്ന പുതിയൊരു അർത്ഥവിതാനമുണ്ട്.

“മല്ലിടൽ മല്പിടുത്ത
ജീവിത വിചാരണ
ഏന്തിയും വലിഞ്ഞും
ഏകാന്തനായ്”

ഈ ദൃശ്യങ്ങളെ ഒരു ഫിലിമിലേക്ക് പകർത്തി എഡിറ്റ്ചെയ്ത് ഓടിച്ചുനോക്കണം, അതുനിർമ്മിക്കുന്ന അർത്ഥമണ്ഡലങ്ങളെ അനുഭവിച്ചറിയാൻ.

ഭാഷയുടെ ആവരണങ്ങളെ ഭേദിച്ച് സൂക്ഷ്മസ്ഥലികളിലേക്ക് യാത്ര ചെയ്യുമ്പോഴാണ് ഒരു കവിത ഭാഷാപരമായി വ്യത്യസ്തമാകുന്നതും പുതിയ അർത്ഥങ്ങളുടെ വിളഭൂമിയാവുകയും ചെയ്യുന്നത്. രാജീവിന്റെ കവിതകളിൽ ബോധപൂർവ്വം മെനഞ്ഞെടുക്കുന്ന ഒരുഭാഷാപരിണാമം ദൃശ്യമല്ല. കവി അറിയുകയും അനുഭവിക്കുകയും ചെയ്യുന്ന കാഴ്ചാപരിസരങ്ങളെയും അനുഭവങ്ങളെയും ആവിഷ്കരിക്കാൻ ഭാഷകൊണ്ട് ചില പരീക്ഷണങ്ങൾ നടത്തുകമാത്രമേ കവി ചെയ്യുന്നുള്ളു. അതുപലപ്പോഴും ഒറ്റവായനയിൽ വിശദമാകാതെ ദുർഗ്രഹമാകുന്നുമുണ്ട്. പക്ഷേ,

ആ പുറന്തോടുകൾ ഭേദിച്ച് അകത്തേക്ക് കടക്കുമ്പോൾ അറിയപ്പെടാത്ത വഴികൾ നമുക്കുമുമ്പിൽ തുറന്നുകിട്ടും.

പ്രമേയങ്ങളുടെ വൈപുല്യം

ഒരു പത്രപ്രവർത്തകന്റെ സൂക്ഷ്മദൃഷ്ടിയോടെ ചുറ്റുപാടുകളിൽ നിന്നും പറിച്ചെടുക്കുന്ന അനുഭവങ്ങളാണ് രാജീവിന്റെ കവിതയിൽ ഏറ്റവും കൂടുതൽ കാണുന്നത്. താൻ നില്ക്കുന്ന ചെറിയ ഭൂപ്രദേശത്തിന്റെ പരിസരങ്ങളിൽനിന്നും അകന്നുമാറി ആഗോള ജീവിത പരിസരങ്ങളിലേക്ക് അദ്ദേഹം കണ്ണുകളയക്കുന്നു. അവിടെ മനുഷ്യത്വ ധ്വംസനത്തിന്റെ നിലവിളികളുണ്ട്, പെൺജീവിതങ്ങളുടെ നേർച്ചിത്രങ്ങളുണ്ട്; രാഷ്ട്രീയവും സാമൂഹ്യവുമായ ദുഷ്ചെയ്തികളുടെ ദൃശ്യങ്ങളുണ്ട്. പാരിസ്ഥിതികമായ വെല്ലുവിളികളും ദുരന്തങ്ങളുമുണ്ട്. വ്യക്തിബന്ധങ്ങളിൽ സംഭവിക്കുന്ന അപചയങ്ങളുണ്ട്. തന്റെതന്നെ അസ്തിത്വത്തെ സംബന്ധിക്കുന്ന ആകുലതകളുണ്ട്. ഒരുകവി സാർവ്വലൗകികമായ പ്രതിസന്ധികളെ കണ്ടറിയുകയും അതിന്റെ സങ്കീർണ്ണതകൾ ചിത്രീകരിക്കാൻ മുതിരുകയും ചെയ്യുമ്പോൾ കവിയെന്ന നിലയിൽ തന്റെ സ്വാതന്ത്ര്യപ്രഖ്യാപനം നിർവ്വഹിക്കുകയും അതോടൊപ്പം തന്റെ നിലപാടെന്തെന്ന് പ്രഖ്യാപിക്കുകയുമാണ് ചെയ്യുന്നത്.

മൺകൂനയിൽ കാട്ടുകല്ലുകളടുക്കി ഭവനം രൂപപ്പെടുത്തുന്നവർ, കുലഗോത്ര കുടുംബങ്ങൾ പൂവിടുംമുതൽ പട്ടുപോകുംവരെ പാർക്കുന്ന ചായ്പുകൾ, സഹ്യമലയിലേക്ക് (ഹൈറേഞ്ചിലേക്ക്) കുടിയേറുന്ന തമിഴർ, മലയാളനാടിന് സമ്പത്തുണ്ടാക്കാനായി അദ്ധ്വാനിക്കുന്നവർ. കോച്ചിവിറയ്ക്കുന്ന തണുപ്പത്ത് കൊളുന്തുനുള്ളുന്നവർ; അവസാനം

"പനിച്ചുതുള്ളി പുതച്ചുമൂടി നിത്യ
പട്ടിണിപ്പടിയിലിഴഞ്ഞങ്ങ്
കീറപ്പായിൽ തളർന്നുറങ്ങിലും
പട്ടടപ്പടി കടന്നേ വിശ്രമം!"

അദ്ധ്വാനിക്കുന്നവന് പൂർണ്ണവിശ്രമം ലഭിക്കുന്ന ഒരേയൊരിടം പട്ടടയാണ് എന്ന യാഥാർത്ഥ്യം 'ലയാലയം' എന്ന കവിതയിൽ രാജീവ് അവതരിപ്പിക്കുന്നു. ഈ ദുരന്തത്തിന്റെ മറ്റൊരു മുഖമുണ്ട് 'കണ്ണീർമുടി' എന്നകവിതയിൽ. കേരള ജനതയുടെ മനസ്സിലെ ഉണങ്ങാത്ത കണ്ണീർച്ചാലുമായി, 'പെട്ടിമുടി' എന്ന മലയോരം! 'മൃത്യുവിന് വിഷാദകമ്പളം മൂടിയ സഹ്യന്റെ മകളാം പെട്ടിമുടി' എന്ന് കവി. വേദനിപ്പിക്കുന്ന ചില ദൃശ്യത്തുണ്ടുകൾ രാജീവ് ചേർത്തുവയ്ക്കുന്നു ഈ കവിതയിൽ.

ഉരുൾത്താര ഉലച്ചുടഞ്ഞെറിഞ്ഞ, ചിതറിയ ജന്മാന്തര സ്നേഹങ്ങളും മണ്ണിൽ പുതഞ്ഞുകിടക്കുന്ന സ്വപ്നത്തുണ്ടുകളും ദ്രാവിഡ സംസ്കാര സ്വർണ്ണത്തിളക്കങ്ങളും ചേറിലാണ്ട കമ്പിളി പുതച്ച മൃതദേഹങ്ങളും കവിതയിൽ കാണാം. നാട്ടുലയങ്ങളിൽ താമസിച്ചവർ എന്നതിനപ്പുറം അവിടെ മണ്ണടിഞ്ഞവർ 'വരപ്രസാദമണിഞ്ഞ നോവോർമ്മകളെരിയും ചോലമലദൈവങ്ങളാണെന്ന് കവി പ്രഖ്യാപിക്കുന്നു! വിലാപം പൊള്ളുന്ന മലമനസ്സിന് ഞരക്കമായി അവർ മറഞ്ഞുപോകുമ്പോഴും പ്രകൃതിയോട്, മണ്ണിനോട് അവർ, ഇനിയും, ബന്ധംപുലർത്തും എന്ന് കവിക്കറിയാം.

"വിയർപ്പിറ്റിച്ചുവിളയിച്ച
മണ്ണിലേക്കവരുടെ മടക്കയാത്ര
പഴന്തുണിയിൽ പൊതിഞ്ഞ മോഹങ്ങളും
മിഴി വാർക്കാനാവാതെ നോവിൻ
കടലിരമ്പം നിശ്ചലതയിലുറഞ്ഞ്
അവരിനിയും പൂക്കളായ് പിറക്കാതിരിക്കില്ല
മലഞ്ചെരുവിൽ....
ഉദ്യാനമായി പടരാതിരിക്കില്ല
കണ്ണീരോർമ്മകളെ മഞ്ഞിൻ കുളിർ
തഴുകാതിരിക്കില്ല"

സമകാലിക ഇന്ത്യയിലെ സ്ത്രീജീവിതത്തിന്റെ ദുരന്തചിത്രങ്ങൾ തെളിയിക്കുന്ന ചില കവിതകളുണ്ട് ഈ സമാഹാരത്തിൽ. സ്വാതന്ത്ര്യവും അവകാശങ്ങളും നിഷേധിക്കപ്പെടുകയും അധമ നരത്വത്തിന് മുമ്പിൽ എരിഞ്ഞടങ്ങുകയും ചെയ്യുന്ന ജീവിതങ്ങളുടെ നേർച്ചിത്രങ്ങളാണവ. ഈ ദുരിതങ്ങൾക്ക് സ്ഥലകാല ഭേദങ്ങളില്ല. ലോകത്തിന്റെ ഏതുകോണിൽ അരങ്ങേറുന്ന ക്രൂരതകളും സമാനങ്ങളാണ്.

അവൾ 'അഴകിൻ അഴൽ' എന്ന കവിതയിൽ ഒരു ജീവിതത്തിന്റെ പൂർണ്ണചിത്രം കാണാം. ഉടൽ പൂക്കുന്ന അഴകും ഉള്ളുപൊള്ളുന്ന അഴലും വഹിക്കുന്ന അവൾ ജീവിതത്തിന്റെ ചുഴി നീന്താൻ ശ്രമിക്കുന്നവളാണ്. സങ്കടങ്ങളുടെ സമുദ്രമാണ് അവളുടെ അകം. വിഷാദപർവ്വമാണവളുടെ പുതപ്പ്. മൗനത്തിന്റെ വിലാപക്കുടയാണ് അവൾ ചൂടി നടക്കുന്നത്.

കാലത്തിന്റെ തിരശ്ശീല കടന്ന്, കണ്ണീർക്കുടംപേറി നടന്ന്, കനലിൽ സ്ഫുടം ചെയ്തവളാണവൾ. പലസഭകളിലും അപമാനിതയാവേണ്ടി വന്നവളാണ്. പൂർവ്വപാപങ്ങളില്ലാതെതന്നെ ശാപശരമേറ്റ് ശിലാരൂപത്തിലേക്ക് പരിവർത്തിക്കപ്പെട്ടവളാണ്.

ഈ ജീവിതാവസ്ഥകൾ സ്ത്രീക്കുമേൽ അടിച്ചേല്പിക്കപ്പെട്ടതും വിവിധ ഭാവങ്ങളിൽ നമ്മുടെ നാട്ടിൽ തുടർന്നുപോരുന്നതുമാണ്. ഏതു പ്രതികൂല സാഹചര്യത്തിലും ശക്തിയോടെ അവൾ ഉണരേണ്ടതുണ്ട് എന്ന ചിന്ത കവി പങ്കുവയ്ക്കുന്നു. പക്ഷേ, നിരന്തരം കാണുന്ന ദുർനിമിത്തങ്ങൾ അതിനെ തല്ലിയുടയ്ക്കുന്നു.

ഈ കവിതയുടെ തുടർച്ചകളാണ് 'കടലാഴം,' 'ദുഃഖങ്ങളുടെ കരച്ചിൽ' എന്നീ കവിതകൾ. എത്ര പകർന്നാലും വറ്റാത്ത കണ്ണീർ ക്കുടമായി നില്ക്കുന്ന പെൺജന്മ ശാപങ്ങളും പഴിയും പ്രാക്കുമില്ലാതെ സങ്കടങ്ങളിൽ മുങ്ങുന്ന സാഹചര്യങ്ങളും അടുക്കളയിലും മനസ്സിന്റെ അകത്തളങ്ങളിലും രാപ്പകലുകളില്ലാതെ യുദ്ധം ചെയ്യുന്നവളുമാണവൾ. മണ്ണാഴങ്ങളിൽ സംസ്കാരങ്ങൾ മൂടിപ്പോകുകയും കൊടും ക്രൂരത പൂത്തട്ടഹസിക്കുകയും ചെയ്യുന്ന കാലമാണ് 'ദുഃഖങ്ങളുടെ കരച്ചിൽ' എന്ന കവിതയിൽ കടന്നുവരുന്നത്. യമരൂപികളായ ധർമ്മ വേഷക്കാർ മറുവാക്കുകളെ ഞെരിച്ചുപായുന്ന 'ഹത്രാസാ' പ്രദേശങ്ങളുടെ ദുര്യോഗങ്ങൾക്കുമുകളിൽ 'ബേഠീ ബച്ചാവോ' മുഴങ്ങുമ്പോൾ

"പാൽപ്പുഞ്ചിരിയുറഞ്ഞ ജന്മങ്ങളുടെ
ആത്മാവ് പുലമ്പുന്നു.
പിറവി കൊള്ളാതിരുന്നെങ്കിൽ" എന്ന്...

ബഹുസ്വരതയുടെ ലോകത്തെ തുറന്നുവയ്ക്കുന്ന കവിതകളാണ് രാജീവിന്റേത്. ആ കാവ്യലോകത്ത് ആകുലതകളുടെ അഗ്നിസ്ഫുലിംഗ ങ്ങളുണ്ട് (ആഷിക് ഒരോർമ്മ, അഭിമന്യു), പെൺജീവിതത്തിൽ സംഭവി ക്കുന്ന ദുര്യോഗങ്ങളുടെ കാഴ്ചകളുണ്ട് (കൈമാറ്റം), പ്രണയത്തിന്റെ അർത്ഥവും അർത്ഥമില്ലായ്മയുമുണ്ട്. (പ്രണയനിഴൽ, ഉടുത്തൊരുങ്ങൽ), ബന്ധങ്ങളുടെ തീക്ഷ്ണതകളുണ്ട് (അച്ഛൻ), ആക്ഷേപഹാസ്യത്തിന്റെ മുൾമുനകളുണ്ട് (മിച്ചഭൂമി യുദ്ധം, താരദിനസരികൾ).

'സ്വപ്നക്കുന്ന്' എന്ന കവിത രാജീവിന്റെ കവിസ്വത്വത്തിന്റെ പ്രഖ്യാപനമാണ്. ചിന്തിച്ച് കുന്നുണ്ടാക്കുക, എന്നിട്ട് അതിലിരിക്കാതെ മനസ്സാകുന്ന വരുതിയില്ലാപ്പട്ടവുമായി കാണാക്കയയാത്ര നടത്തുക... കാഴ്ചകൾ രേഖപ്പെടുത്തുക..ആ കാഴ്ചകളിൽ പലതും അഭികാമ്യമോ ആനന്ദദായകമോ അല്ല. അവിടെ ബോധിച്ചുവട് ബോധനമറ്റ മരുപ്പറ മ്പായും ഉറഞ്ഞ മൗനംനിറഞ്ഞ അപാരതയായും പ്രത്യക്ഷമാകുന്നു. നശിച്ച വൃക്ഷങ്ങളിൽ പ്രവാചകപ്രവരരുടെ പഞ്ജരങ്ങൾ. അത് തിന്നുതീർക്കുന്ന ചിതലുകൾ. എന്നാൽ മറുഭാഗത്ത്;

"മേഘ നിഴലിൽ
ഒളിപൂകിയ

നിലാപ്പെണ്ണിൻ
നാണം കവരും
ഇളംകാറ്റ്."

വൈരുദ്ധ്യങ്ങളുടെ കൂടിച്ചേരൽ.... ജീവിതം പോലെ വീണ്ടും അനാഥത്വത്തിന്റെ കൊടും മരുഭൂമിയിലേക്ക് യാത്ര ചെയ്യാനുള്ള നിയോഗം. പ്രണയത്തിന്റെ വിചാരണാവഴികളിൽ കൂടുതേടിയുള്ള അല ച്ചിൽ. ഓർമ്മകളിലൂടെ വേച്ചുംവിറച്ചുമുള്ള ചുരം യാത്ര. സ്മരണ കളുരുകി കുതിച്ചുപായുന്ന പ്രവാഹം. ഈ യാത്രയിൽ സ്വപ്നക്കുന്ന് ചിലപ്പോൾ കണ്ണീർ പൊഴിച്ച് പുകയും. ഉള്ളറയിൽ കത്തുന്ന പ്രാണൻ പാതിപോയാലും ചിത്തഭ്രമത്തിന്റെ തിരിനാളങ്ങൾ ശേഷിക്കും എന്ന കവിത്വത്തിന്റെ ഉറപ്പ്. കവി മനസ്സുകൊണ്ട് നിരന്തരസഞ്ചാരിയാകുന്നതും സ്വപ്നം കാണാൻ ആഗ്രഹിക്കുന്നതും എന്നാൽ ദുര്യോഗങ്ങൾ പകരം വരുന്നതും അവയെ കവിതകൊണ്ട് അതിജീവിക്കുന്നതും കവിത്വത്തിന്റെ – ശേഷിക്കുന്ന ചിത്തഭ്രമംകൊണ്ട് ജീവിതത്തെ അഭിമുഖീകരിക്കുന്നതും എത്രസൂക്ഷ്മമായാണ് രാജീവ് പറഞ്ഞുവയ്ക്കുന്നത്. ഇടുക്കി ജില്ലയിൽ ചെറുപ്പം മുതൽ ജീവിച്ചുവളർന്ന രാജീവിന്റെ കവിതകൾക്ക് ആ നാടിന്റെ ഭൂപ്രകൃതി സമ്മാനിച്ച ഗഹനതയുണ്ട്!

പച്ചപ്പുനിറഞ്ഞ പരിസരങ്ങൾ സമ്മാനിച്ച പ്രത്യാശയുടെ വെളിച്ച ങ്ങളുണ്ട്. ആ കാവ്യ ബിംബങ്ങൾക്ക് എളുപ്പം വഴങ്ങാത്ത വന്യതയുണ്ട്. പണ്ഡിതോചിതമായ വാക്കുകളുടെ വിന്യാസമല്ല; സൂക്ഷ്മമായ ജീവിത മുഹൂർത്തങ്ങളുടെ ഹൃദയഹാരിയായ ആവിഷ്കരണമാണ് രാജീവ് ലക്ഷ്യം വയ്ക്കുന്നത്. ആ സവിശേഷതയാണ് ഈ കവിതകളെ കാലം ആവശ്യപ്പെടുന്ന സൃഷ്ടികളാക്കുന്നത്.

പരിസ്ഥിതിയെയും ജീവിക്കാനുള്ള അവകാശത്തെയും കവർന്നെ ടുക്കുകയും അന്യമാക്കുകയും ചെയ്യുന്ന കാശ്മീരിന്റെ ചിത്രം അനാ വരണം ചെയ്യുന്ന കവിതയാണ് 'സത്യമായും ഞാൻ കണ്ടു.' അവിടെ അരങ്ങേറിയ സംഭവങ്ങൾ മനസ്സിൽ കുത്തുന്ന നൊമ്പരങ്ങളാണ്. ചരിവുകളിൽ കൊല്ലപ്പെട്ട മരങ്ങളുടെ എല്ലിൻകൂടുകൾ അരിച്ചെടുത്ത ജീവനുമായി ജലക്കോട്ടയിലേക്ക് മടങ്ങിപ്പോകുന്ന ദൈവം, വാക്കുകളെ മെതിച്ച് പാഞ്ഞുപോകുന്ന ആയുധങ്ങൾ.....!

തീപിടിച്ച പുഴകളുടെ തീരത്തുനിന്ന് നിലവിളിക്കുന്ന ദേവദാരുക്കൾ, യാതനകൾ പൂക്കുന്ന കുങ്കുമപ്പാടങ്ങൾ, ബാവുൽ നൃത്തങ്ങളും സഹാരി പ്പാട്ടുകളുമില്ലാതെ സൃഷ്ടമാകുന്ന മരുഭൂമികൾ, സന്തൂറുകളും സിത്താറു കളുമുടയുമ്പോൾ മഞ്ഞുപാളികളാൽ മൂടിപ്പോകുന്ന സൂഫികൾ–

എന്നിങ്ങനെ വേദനിപ്പിക്കുന്ന കാഴ്ചകൾകൊണ്ട് കാശ്മീർ കവിയെ ആവരണം ചെയ്യുന്നു.

അവിടെയാണ്:

"പാതിമെയ്യിൽ വസന്തവും
പാതിമെയ്യിൽ ഹേമന്തവും
ഉടുത്ത ഒരു പെൺകുട്ടി
ചുരങ്ങളിറങ്ങി
ഓടിമറയുന്നത്" കവി കാണുന്നത്.

സർഗ്ഗാത്മക മനസ്സുകളെ ആഴത്തിൽ മുറിവേല്പിക്കുന്ന ഇത്തരം കാഴ്ചകൾ രാജീവിന്റെ കാവ്യലോകത്ത് സുലഭമാണ്.

കെട്ടകാലത്ത് ജീവിതക്ഷോഭ തീരങ്ങളെ എങ്ങനെ നേരിടും എന്ന ചോദ്യം ഉച്ചത്തിൽ ചോദിക്കുന്ന ഒരു സമൂഹത്തിന്റെ ഹൃദയമാണ് 'ക്ഷോഭതീരങ്ങളിൽ' എന്ന കവിതയിൽ സ്പന്ദിക്കുന്നത്. ലക്ഷദ്വീപിനെ വരിഞ്ഞുമുറുക്കാനുള്ള പുതുവ്യവസ്ഥകളെ വരച്ചുകാട്ടുന്നതാണ് പ്രധാന ഇതിവൃത്തമെങ്കിലും കടലോര മേഖലകളിലെ ജീവിത നേർച്ചിത്രം അനാവരണം ചെയ്യപ്പെടുന്നു. കടൽപ്പകർന്നാട്ടങ്ങളെ നിരന്തരം അനുഭവിച്ചറിഞ്ഞവർ അവിടെ ജീവവേരുകളാഴ്ത്തി ഒരു ജനസമൂഹം തങ്ങളുടെ സ്വപ്നങ്ങൾ കൊരുത്തെടുക്കുമ്പോൾ, കടൽ അഴിച്ചുവിടുന്ന അനുഭവങ്ങളേക്കാൾ തീക്ഷ്ണമായ സാഹചര്യങ്ങൾ വിരുന്നിനെത്തുന്നത് കാണാം. അലയൊടുങ്ങാ പ്രഹരത്തിരമാലകളുമായി പെയ്തൊടുങ്ങാൻ നഗരങ്ങൾക്കുമേൽ കടലിരമ്പം പോലെ കറങ്ങുന്ന യുദ്ധവിമാനങ്ങൾ..... അപകടങ്ങളുമായി സ്നേഹച്ചുഴി താണ്ടി എത്തുന്ന വിനാശത്തിന്റെ കടൽ യാനങ്ങൾ. എന്നാൽ അവിടെയും സ്നേഹത്തിന്റെ, പ്രണയത്തിന്റെ ആന്തരിക ഭൂമിക–

"കടൽക്കലഹത്തിലും പ്രണയിച്ച്
കടലോളം സ്നേഹം തൂവി
കിനാക്കടൽ നീന്തി
കണ്ണുനീർ നനവ് ഒളിപ്പിച്ചവർ"

പ്രത്യക്ഷമാകുന്നു. അവർ ഋതുഭേദങ്ങളെ പുല്കി ജീവിതം വിളയിച്ചവരാണ്. സൗഹൃദ തീരങ്ങൾ നിർമ്മിച്ചവരാണ്. എങ്കിലും തങ്ങളുടെ ജീവിതക്കടലെരിക്കാനായി വീണ്ടും ദുഃഖങ്ങൾ കയറ്റിയെത്തുന്ന പത്തേമാരികളെ അവർ പ്രതീക്ഷിക്കുന്നുണ്ട്. ഏതുപ്രതിസന്ധിയിലും

ജീവിതക്കടലിൽ തുഴയെറിഞ്ഞ് മുന്നേറണമെന്നുള്ള നിശ്ചയദാർഢ്യം അവരെ നയിക്കുന്നുണ്ട്.

“മഹാപ്രളയത്തിൻ
അതിജീവനത്തിൻ
തിരയിരമ്പൽതൻ
പ്രതിരോധത്തിലേക്ക്
തുഴയെറിഞ്ഞ് ഓടിയകലാൻ
കുറുക്കുവഴികളില്ലാ ജീവിത
തിരതല്ലലിൻ കാലം
ഭൂതകാല വേരും
ഉറപ്പിക്കാൻ നീന്തും
പളുങ്കുമണ്ണിനുടയോർ”

കാലത്തോട് വിട്ടുവീഴ്ചയില്ലാതെ കലഹിക്കുന്നതിന്റെ ചിത്രങ്ങൾ വരയ്ക്കാനുള്ള ഈ വൈഭവമാണ് രാജീവിന്റെ കവിതകളുടെ കരുത്ത്..

www.ingramcontent.com/pod-product-compliance
Lightning Source LLC
LaVergne TN
LVHW060141051026
849517LV00007B/2526
* 9 7 8 9 3 9 4 7 5 3 4 8 8 *